பரண்

தொ.பரமசிவன்

ரிதம் வெளியீடு

பரண்
தொ.பரமசிவன் ©

Paran
Tho. Paramasivan ©

1st Edition: Dec 2022
Pages: 136   Price: Rs. 140
ISBN: 978-93-93724-15-1

Publishing Editor
T. Senthil Kumar

Published by:
Rhythm Veliyeedu
New No.58, Old No.26/1, 1st Floor,
Alandur Road, Saidapet,
Chennai - 600 015, Tamil Nadu, INDIA
Ph : (044) 2381 0888, 2381 1808, 4208 9258
E-mail : senthil@rhythmbooks.in
Web : www.rhythmbooksonline.com

Book Layout by
Visual Vinodh - 9500149822

முதல் பதிப்பின் முன்னுரை

என்னுடைய நினைவுக்குறிப்புளிலிருந்து ஒதுங்கிவிட்ட கட்டுரைகளை நண்பர் சித்தானை, பரணிலிருந்து தேடி எடுத்துள்ளார். எல்லார் வீட்டுப் பரண்களிலும் மடிக் குழந்தைகளும் கைக்குழந்தைகளும் வைத்து விளையாடிய கைப் பொம்மைகள் கிடைக்கும். அதுபோலத்தான் இந்நூல் கட்டுரைகளும்.

நான் எழுதியவை என்பதற்கு மேலாக இவை குறித்து எழுதவும் பேசவும் எனக்கு நிறையச் செய்திகள் உள்ளன. உடல் நலமும் காலமும் இசைவு தரவில்லை. இந்நூற் கட்டுரைகளில் சில சண்டே இண்டியன், உன்னதம், ஆனந்த விகடன், செம்மலர், புதுவிசை, பாலம், கூட்டாஞ்சோறு, மேலும், உரைமொழி, ஒப்புரவு ஆகிய இதழ்களில் வெளிவந்தன. இந்த இதழ்களின் ஆசிரியர்களின் எனது மனப்பூர்வமான நன்றி.

நண்பர் சித்தானைக்கும் சந்தியா பதிப்பகத்தாருக்கும் நான் நன்றி கூறுகிறேன்.

தொ.பரமசிவன்

குறிப்பு: சந்தியா பதிப்பகம் 2013ஆம் ஆண்டு இந் நூலை வெளியிட்டிருந்தது.

உள்ளே...

1
நானும் என் ஆய்வும்

கே. உங்கள் இளமைக்காலம் பற்றிச் சொல்லுங்களேன்?

நான் இந்த ஊரில் (பாளையங்கோட்டை) பிறந்தவன். பிற்படுத்தப் பட்ட சாதியில் பிறந்தவன். எங்கள் வீட்டில் பதினொரு குழந்தைகள் எல்லோரும் இளம்வயதில் மரணமடைந்தார்கள். ஒரு அக்காளும், ஒரு அண்ணனும் நானும் மட்டுமே இப்போது மிச்சம். என் தம்பி பிறந்த நாற்பதாம்நாள் என் தந்தை காலமாகிவிட்டார். பெரிய வீடும் தொழுவத்தில் நான்கு மாடுகள் மட்டுமே எஞ்சியிருந்தன. எங்கள் தாயார் மிகுந்த சிரமத்தோடு தான் எங்களை வளர்த்தார்.

கே. இந்த ஊரில் பிறந்ததினால் உங்களுக்குக் கிடைத்த வாய்ப்பு என்ன?

இந்த ஊரில் கல்விச்சூழல் மிகச் சிறப்பாக அமைந்திருந்தது. எங்கள் வீடு நகரத்தின் மையப்பகுதியில் இருந்தது. ஐந்துநிமிட நடைத் தொலைவில் பள்ளிகளும் கல்லூரிகளும் மாவட்டமைய நூலகமும் அமைந்திருந்தன. அடுத்தடுத்த தெருக்களில் பேரா. நா. வானமாமலை, என் குருநாதர் சி.சு.மணி, அவருடைய உறவினர் சாத்தன்குளம் அ.ராகவன் ஆகியோர் வாழ்ந்திருந்தனர். என்னுடைய வளர்ச்சியை செப்பம் செய்ததில் இந்த நிறுவனங்களுக்கும் அறிஞர்களுக்கும் பெரும்பங்குண்டு.

கே.நீங்கள் அடிப்படையில் பெரியாரியல்வாதி ஆனால் தெய்வங்களைப் பற்றியே நிறைய எழுதுகின்றீர்கள்?

பெரியார், சமூக அதிகாரத்தையும் ஆன்மிக அதிகாரத்தையும் தக்க வைத்துக்கொள்ள பார்ப்பனர்கள் உருவாக்கி வைத்திருந்த பெருந்தெய்வங்களையே குறிவைத்துத் தாக்கினார். அதிகார

வலிமையில்லாத நாட்டார்தெய்வங்களைப் பற்றியோ கோயில் களைப் பற்றியோ அவர் கவலைப்படவில்லை. அதிகாரத்தை எதிர்த்து அடிமைத்தளையை அறுத்தெறியத்தான் அவர் போராடினார்.

என்னுடைய எழுத்துக்களிலும் அதிகாரத்தை அடையாளம் காட்டுவதே நோக்கமாக இருந்தது. குறிப்பாக சமண, பௌத்தர்களிடமிருந்து வைதிகத்தால் திருடப்பட்ட பெருங்கோயில்கள் பற்றி தான் எழுதியிருக்கின்றேன். அண்மையில்கூட தென்மாவட்டங்களில் புகழ்பெற்ற சங்கரன் கோயில் சமணர்களிடமிருந்து பறிக்கப்பட்ட பார்சுவநாதர் கோயில் என்று கட்டுரை எழுதியுள்ளேன். நாட்டார் தெய்வங்களை பொறுத்தமட்டில் அவற்றின் தோற்றக் காரணங்களையும், வழிபாடுகளையும் மக்கள்திரளின் நம்பிக்கைகள் சார்ந்து எழுதியுள்ளேன். அவை மறைமுகமான நாத்திகம்தான்.

கே.பண்பாடு பற்றி நீங்கள் எழுதிய எழுத்துக்கள் எந்த வகையைச் சார்ந்தவை?

என்னுடைய “அறியப்படாத தமிழகம்” நூல் பெரும்பாலும் புழங்கு பொருட்பண்பாடு சார்ந்ததுதான். பண்பாடுகளின் உள்ளடக்கம் பெரும்பான்மையாக நாட்டார் மக்களின் நினைவுகளிலும் கனவுகளிலும் தங்கி தங்கி வாழ்பவைதான். அதைத்தான் நான் எழுதியிருக்கின்றேன். அவற்றிற்கு அடிப்படை மனிதவாசிப்புதான்.

கே. உங்களுடைய ஆய்வு முறையியல் பற்றி சொல்லுங்களேன்?

நான் ஆய்வு செய்கின்றபோது பாஜ்பாய், ஆன்டர்சன், பாலின் யங் ஆகியோரின் ஆங்கில நூல்களைத்தான் எனக்குக் கற்றுக் கொடுத்தார்கள். என்னுடைய களஆய்விலிருந்து அவற்றின் போதாமையினை நான் உணர்ந்து கொண்டேன். என்னுடைய ஆய்வுமுறையியல் நாட்டார் மக்களின் உரையாடல் மரபிலிருந்து உருவானது. அதுதான் மற்றவர்களுக்கு சுவையாகவும் சிறிது வியப்பாகவும் இருந்தது. அ. மார்க்ஸ் ஒருமுறை சொன்னது போல என்னுடைய வாசகர்கள் என்னுடைய இரசிகர்களாக மாறியதும் அதற்காகத்தான்.

கே. பார்ப்பனியத்தை எப்படி பார்க்கின்றீர்கள்?

பார்ப்பனியம் என்பதே அதிகாரத்தை நோக்கிய நகர்வுதான். இந்த அளவுகோலின் படி நம்மிடம் இன்று புதிய பார்ப்பனர்கள் நிறையவே உருவாகியுள்ளனர். இவர்களால்தான் சமூக மாற்றம் தடைபெறுகின்றது. இதனை எதிர்த்து நாம் கலாசார அரங்கில் போராட வேண்டும். எளிமையின் சின்னமான வெள்ளையுடை அதிகாரத்தின் சின்னமாக மாறிப்போய் *Minister White* என இவர்களால்தான் பெயர் பெறுகின்றது. உணவு, உடை, மொழி கலை இலக்கியம் என எல்லாத் தளங்களிலும் கலாசார யுத்தத்தை நடத்த வேண்டிய கடமை நமக்கு இருக்கின்றது. அதற்காக நாம் இளைஞர்களை ஆயத்தப்படுத்த வேண்டும்.

(பேரா. ச. நவநீத கிருட்டிணனுக்கு அளித்த நேர்காணல்
'தமிழாய்வு' என்னும் தொகுப்பு நூலுக்காக..)

2

நேர்காணல்

பண்பாடு என்ற சொல்லாக்கத்தைப் பற்றிக் கூறுங்களேன்?

பண்பாடு என்பது இரண்டு வகைப்படும். ஒன்று உலகியல் பண்பாடு அதாவது மெட்டீரியல் கல்ச்சர் என்று சொல்லப்படுவது. இன்னொன்ற அது அல்லாத அதற்குப் புறனாக இருக்கக்கூடிய பண்பாட்ட அசைவுகள். பண்பாடு என்ற சொல்லைப் பொறுத்தமட்டிலே அது இருபதாம் நூற்றாண்டிலே இரசிகமணி டி.கே.சி. அவர்களுடைய ஆக்கம், "பண்பெனப்படுவது பாடறிந்து ஒழுகுதல்" என்ற கலித்தொகை வரிகளிலிருந்து அவர் உருவாக்கினார். ஆனால் நம்முடைய பழைய தமிழ் மரபிலே நாகரிகம் என் சொல் இன்று நாம் ஆங்கிலத்திலே *Culture* என்றும் *Civilization* என்றும் இரண்டாகச் சொல்கிறோமே இது இரண்டையும் ஒருசேரக் குறிக்கும். "பெயக்கண்டும் நஞ்சுண்டமைவர் நயத்தக்க நாகரிகம் வேண்டுபவர்" என்பது ஒரு மனச் செவ்வியைக் குறிக்கும். எனவே நமக்குப் பழைய சொல் நாகரிகம்தான். அதுவே *Culture* என்பதையும் *Civilization* என்பதையும் குறிக்கும். பண்பாடு என்பது இருபதாம் நூற்றாண்டுச் சொல், ஆனால் இது மிக நல்ல சொல்லாக்கம் ஆகும். இதற்கு இணை கிடையாது.

பண்பாடு என்பது மதம் சார்ந்ததா? அன்றி நிலம் சார்ந்ததா?

பண்பாடு என்பது நிலம் சார்ந்தது. ஏனென்றால் உலகில் மதங்கள் எல்லாம் உருவாகிச் சில நூற்றாண்டுகள்தான் ஆகின்றன. ஆனால் பண்பாடு உருவாகி பல நூற்றாண்டுகள் ஆகிவிட்டன. மதம் என்பது ஒரு நிறுவனக் கட்டுமானம். மதங்கள் நிறுவனமாக மாறுவதற்கு முன்னாலேயே, மனிதன் எப்பொழுது மனிதனாகிறானோ அப்பொழுதே ஒரு பண்பாடு

உருவாகிறது. இந்தப் பண்பாடு நிலம் சார்ந்துதான் உருவாகிறது. எடுத்துக்காட்டாகச் சொல்லுவதானால் திராவிடப் பண்பாடு, அரேபியப் பண்பாடு, சீனப் பண்பாடு, தென்னமெரிக்க மக்களின் பண்பாடு என்று பல்வேறு வகையான நிலம் சார்ந்த பண்பாடுகள் உருவாகின. இதை வரலாற்றிலே படிப்பதாக இருந்தால் கூட மஞ்சளாற்றங்கரை நாகரிகம், நைல் நதிக்கரை நாகரிகம், சிந்துச் சமவெளி நாகரிகம், காவிரிக்கரை நாகரிகம் என்றுதான் படிக்கிறீர்கள். எனவே பண்பாடு என்பது நிலம் சார்ந்தது.

நிலம் என்றால் வெறும் மண் அன்று, நிலம் என்பது நிலம், நிலப்பகுதியில் வாழ்கிற மக்கள், அவர்கள் பேசுகிற மொழி, அவர்களுடைய உற்பத்திப் பொருட்கள், அவர்களுடைய பல்வேறு வகையான கருவிகள், புழங்கு பொருட்கள், இசை, கலை இலக்கிய வெளிப்பாடுகள், வாய்மொழி மரபுகள் எல்லாம் சேர்ந்ததற்குப் பெயர்தான் பண்பாடு. அது நலம் சார்ந்ததுதான் பிறக்க இயலும், வேறெங்கும் வேண்டாம். தமிழ்நாட்டு அரிவாளைப் போல கனடாவிலோ, உஸ்பெக்கிதானிலோ ஒரு அரிவாள் இருக்க முடியுமா? தமிழ்நாட்டுப் பாத்திரங்களைப்போல அங்கே ஒரு பாத்திரம் இருக்க முடியுமா? தமிழ்நாட்டு இசைபோல அங்கே ஒன்று இருக்க முடியுமா? முடியாது. அவையவை அந்தந்த மண் சார்ந்து பிறக்கின்றன. அந்த மண்சார்ந்தது பண்பாடு என்பதைக் குறிக்கின்ற மிகப்பெரிய தமிழ்ச் சொல்தான் திணை என்பது. வேறு வகையில் சொல்வதாக இருந்தால் *Cultural Geography* என்று ஆங்கிலத்தில் சொல்வார்களே அதை உணர்த்துவதுதான் திணை என்பது. இங்கே தமிழ்நாட்டிலோ, ஆந்திராவிலோ எந்தச் சாமியும் சட்டை அல்லது அது மாதிரி ஒரு அணிகலனையோ போட்டுக் கொள்வதில்லை. ஆனால் ஐரோப்பாவிலோ குளிர் நாடுகளிலோ எல்லாத் தெய்வமும் சட்டை மாதிரி ஒன்றைப் போட்டுக் கொண்டிருக்கும். மிகவும் அடிப்படையாக மொழி அளவிலே பேசுவதாக இருந்தால், 'ஒரு மனங்குளிர்ந்த வரவேற்பைத் தருகிறோம்' என்று நாம் சொல்கிறோம். ஆனால் ஆங்கிலத்தில் அதனை *"Warm Welcome"* என்று சொல்கிறார்கள். இந்த இரு நாடுகளிலும் பருவ காலச் சூழ்நிலையின் காரணமாக அந்த மொழியிலே அந்த வெளிப்பாடு வெவ்வேறாக அமைந்திருக்கிறது. இங்கு பண்பாடு என்பது நிலம் சார்ந்தது. மதங்கள் பிறப்பதற்கு பல நூறு ஆண்டுகளுக்குமுன்பே

மக்கள் பண்பாடுடையவர்களாக இருந்தார்கள். மதங்கள் உருவாகி பண்பாட்டிலே இடைவெட்டாக பல செய்திகளை நிகழ்த்துகிறது. மதம் என்பது அதிகாரத்தை நோக்கிய ஒரு நகர்வு. அது எந்த மதமாக இருந்தாலும் சரி.

மதங்கள் என்பவை அதிகாரத்தை நோக்கிய நகர்வு என்று கூறுகிறீர்கள். இந்தக் கூற்று சமண பௌத்த மதங்களையும் உள்ளடக்கியதா? அல்லது இந்த அவைதிக மதங்கள் அதற்கு விதிவிலக்கா?

சமண, பௌத்த மதங்கள் உபநிடத காலத்தினுடைய கருத்தாக்கங்களை எதிர்த்துப் பிறந்தவை. உபநிடத காலத்தின் கருத்தாக்கங்களின் முதன்மையான ஒரு விசயம் மனம் அல்லது ஆன்மா. இந்தக் கோட்பாட்டை நிராகரித்துப் பிறந்தவைதான் சமண பௌத்த சமயங்கள். பௌத்தத்துக்கு ஆனாத்ம வாதம் என்றே ஒரு பெயர் உண்டு. ஆன்மா என்றொரு பொருள் இருக்க முடியாது என்பதுதான் அதன் வாதம்; இன்னொன்று மனம் என்ற சொல்லை தமிழிலே முதன்முதலில் பயன்படுத்துபவர் வள்ளுவர்தானே தவிர, சங்க இலக்கியங்களிலே கிடையாது. அந்தச் சொல்லுக்குத் திராவிட வேரும் கிடையாது. மனம் என்பதை எங்கெல்ஸ் மிக அழகாக விளக்குவார். மூளையில் வினோதமான பிரதிபிம்பமான அந்த கால கட்டத்தையும் எங்கெல்ஸ் வரையறுப்பார். மனம் என்பது மூளையினுடைய பிம்பம் அல்ல. பிரதிபிம்பம், இரண்டாவதாக வினோதமானது. எனவே அது எதார்த்தமானது, உண்மையானது அன்று. சமண பௌத்த மதங்கள் இந்தியாவிலே வணிக எழுச்சியின் காலத்திலே பிறந்தவை. அந்த இரண்டையும் வணிக மதங்கள் என்றே சொல்லலாம். அந்த இரண்டும் வணிகர்களுடைய ஆதரவில்தான் வளர்ந்தன. செல்வம் எப்பொழுதும் நில உடைமையாளர்களைவிட வணிகர்களிடத்திலே தான் குவியும். இந்த வணிகர்களுக்கும் நில உடைமையாளர்களுக்குமான முரண்பாடு என்பது இந்திய வரலாற்றிலே முக்கியமான ஒரு செய்தி; அதை எதுவரைக்கும் பார்க்கலாம் என்று கேட்டால் இந்திராகாந்தி - சரண்சிங் இந்த இரண்டு பேருக்குமான கருத்து வேறுபாடுவரை பார்க்கலாம். இந்த இரண்டு மதங்களும் வணிக மதங்கள். வணிகம் உற்பத்தி சாராத செல்வ கொழிப்புக்குவழி வகுக்கும். நம்முடைய பகுதியில் கூட சொல்வார்கள். மிளகாயைப் பயிர் செய்யும் விவசாயியைவிட, மிளகாயை நுகரும் மக்களைவிட மிளகாயைக் கைமாற்றிக் கொடுக்கிற

வணிகர் நிறைய இலாபம் பெறுவார்கள். சமண பௌத்தம் ஆகிய வணிக மதங்கள், "தனி ஒரு கடவுள் இருக்க முடியாது என்று சொன்னவை." இவை எல்லாமே நிரீஸ்வர மதங்கள் அதாவது ஈஸ்வரன் என்ற ஒரு பொருள் இருக்க முடியாது என்று சொன்னவை. அதனால்தான் அவை வேதத்துக்கு மாறான சமயங்கள் என்று சொல்லப்படுகிறது. இன்னும் சரியாகச் சொல்வதானால் ஒரு மதம் அல்லது ஒரு கருத்தாக்கத்தில் மூலதனப் பின்புலத்திலே நாம் பேசுவதாக இருந்தால் நாம் முதன்முதலில் சமண மதத்தையும், பௌத்த மதத்தையும் தான் பேசவேண்டும். என்ன மூலதனத்திற்கு அவை சார்பாக இருந்தன? அவை வணிக மூலதனத்திற்குச் சார்பாக இருந்தன.

மனம் என்ற சொல் திருக்குறளில்தான் முதலில் கையாளப்பட்டிருக்கிறது என்று நீங்கள் கூறுகின்றீர்கள்? ஆனால் தொல்காப்பியத்தில் ஆறறிவுடையது மனனே என்று வருகிறது இங்கு இச்சொல் என்ன பொருளில் ஆளப்பட்டிருக்கிறது?

மிக நுணுக்கமான கேள்வி இது. தொல்காப்பியத்திலே நிறைய இடைசெருகல்கள் உள்ளன. அவற்றை ஒரு நூலாக ஒரு ஆசிரியனுடைய பனுவலாக ஏற்றுக் கொண்டதனாலேதான் நிறைய ஆராய்ச்சிகள் பிழைபட்டும் போயின. அதிலே ஒன்று இந்த மனம் என்ற சொல். இந்தச் சொல்லக்குத் திராவிட மொழியில் வேர்ச் சொல்லே கிடையாது. 'ஆறறிவுடைய அவற்றொடு மனனே' என்ற தொல்காப்பிய நூற்பாவின் கடைசி அடி ஒரு இடைச்செருகல் தொல்காப்பியத்தில் இது போன்ற இடைச்செருகல், நிறைய இருக்கின்றன என்பதற்கான அடையாளம் 'வருணன் மேய பெருமணல் உலகமும்' என்பார் தொல்காப்பியர். ஆனால் 2681 சங்கப் பாடல்களில் ஒரு பாடலிலே கூடி வருணன் என்ற சொல் ஒரு முறைகூட வரவில்லை என்பதே தொல்காப்பியத்தில் நிறைய இடைச் செருகல் உள்ளன என்பதைக் காட்டுகிறது. நீங்கள் கேட்டிருக்கின்ற இந்த மனம் என்ற சொல்லும் அப்படித்தான். ஏனென்றால் சங்க இலக்கியத்திலே மனம் என்ற சொல்லே கிடையாது.

பண்பாடு நிலம் சார்ந்தது என்கிறோம். தொல்காப்பியத்தில் நால்வகை நிலங்கள் பற்றிக் கூறப்பட்டு ஒவ்வொரு நிலத்திற்கும் தனித்தனியே ஒழுக்கம். பொழுது, யாழ், தொழில் முதலியன கூறப்பட்டுள்ளன. இவற்றை நால்வகைப் பண்பாடுகள் எனக்

கொள்வதா? அப்படியானால் தமிழ்ப்பண்பாடு என்பதை எவ்வாறு வரையறுப்பது?

நான்குவகை நிலத்திலும் வாழ்ந்த மக்கள் பேசிய மொழி தமிழ்தான். ஒரு தேசிய இனம் என்று சொல்வதானால் ஒரு குறிப்பிட்ட நிலப் பகுதியினுடைய தட்ப வெப்பநிலை, விளைபொருள்கள் இவை, ஒரு அரசியல் அதிகாரத்துக்குக்கீழ் இருக்கிற பொதுவான பல செய்திகளைப் பகிர்ந்து கொள்கிற முறை. இவை எல்லாம் சேர்ந்துதான் ஒரு தேசிய இனத்தைத் தீர்மானிக்கிறது. தமிழர் என்பது ஒரு தேசிய இனமானால் தொல்காப்பியருடைய நூலை முழுமையும் அப்படியே நம்பி எடுத்துக் கொள்ள இயலாது. ஏனென்றால் தொல்காப்பியம் நிறைய இடைச்செருகல்களை உடையாக விளங்குகிறது.

தமிழகம் முழுக்க நாடார் மரபுகள் இருக்கின்றன. நாட்டார் தெய்வங்கள் என்றுதான் அவற்றை வகைப்படுத்த வேண்டுமே தவிர, இசக்கியம்மனைக் கும்பிடுபவர்கள், கருப்புசாமியைக் கும்பிடுபவர்கள் சுடலைமாடனைக் கும்பிடுபவர்கள் காத்தவராயனைக் கும்பிடுபவர்கள், செல்லியம்மனைக் கும்பிடுபவர்கள் என்றெல்லாம் பிரிக்க இயலாது. அடிப்படையான பொதுப்பண்பு அவைதிக தெய்வங்களை வழிபடுபவர்கள் தமிழர்கள் என்பதுதான். பெரும்பான்மையான தமிழர்கள் வேதச் சார்பற்ற தெய்வங்களை வழிபடுகிறவர்கள் என்பதுதான் அடிப்படையான செய்தி. எனவே இதன் காரணமாகவே எல்லாம் வேறுபட்டுப் போகாது. ஒரே மதத்துக்குள்ளாக மேரிமாதாவைச் சிலை வழியாகக் கும்பிடுபவர்களும் உண்டு; மேரி மாதா வழிபாட்டை நிராகரிப்பவர்களும் உண்டு. ஆனால் அவர்கள் எல்லாரும் கிறிஸ்தவர்கள் என்ற பொதுப் பெயராலேதான் அறியப்படுகிறார்கள். இதுபோல இசுலாம் மார்க்கத்திலும் கலிஃபாக்களில் இரு பிரிவினர் உண்டு. ஆனால் எல்லாருமே இஸ்லாத்தை ஒத்துக் கொள்பவர்கள். இது போலத்தான் இவர்கள் உள்ளுக்குள் இருக்க கூடிய பிரிவினர். ஆனால் ஒரு கருத்தாக்கம் சார்ந்த பிரிவுகள் அல்ல. வட்டாரம் சார்ந்த பிரிவுகள். இந்த வட்டாரம் சார்ந்த தன்மையை அழிப்பது தான் உலகமயமாக்கலின் குறிக்கோள். இந்த வட்டாரம் சார்ந்த தன்மையை அழிப்பதுதான் இந்துத்துவத்தின் குறிக்கோள். எனவே தான் இந்துத்துவத்தையும் உலகமயமாக்கலையும் நாம் ஒருசேர எதிர்க்க வேண்டும்.

தமிழ்ப் பண்பாடு என்று நீங்கள் கேட்கிற பொழுதே ஒரு அடையாளத்தை முதன்மைப்படுத்துகிறீர்கள். மொழியினை, அது மிகமிக நியாயமானது. ஒரு மொழி பேசுகிறவர்கள் ஒரு நிலப் பகுதியிலே பலகாலமாக (பல நூற்றாண்டுகாலமாக) தொடர்ந்து வாழ்கிறவர்கள். அவர்களுடைய சமூக அசைவுகள் அதனுடைய வெளிப்பாடுகள் இவைதான் பண்பாடு. நீங்கள் கேட்கும் கேள்விக்கு மிக அடிப்படையாக நான் ஒரு பதில் சொல்கிறேன். உலகமெங்கிலும் இல்லாத ஒரு பழக்கம் தமிழ்ப் பண்பாட்டுக்கு உண்டு. பண்பாடு என்று சொல்வதாக இருந்தால் தமிழ்ப்பண்பாடு என்பதைவிட திராவிடப் பண்பாடு என்பதுதான் மிகப் பொருளுடையது. திராவிட மொழி பேசும் எல்லா மக்களிடத்திலும் இருக்கக்கூடிய ஒரு வழக்கம் முறைப்பெண், முறைமாப்பிள்ளை. *Cross cousin marriage* என்று சொல்வார்கள் அது எப்படி வெளிப்படுகிறது என்று கேட்டால் "தாய் மாமனுக்கான மரியாதை" வேறு எந்த மொழியிலும் தாய்மாமன் என்பதற்கான ஒரு சொல் கிடையாது. தமிழிலே மட்டும்தான் அம்மான் என்று ஒரு சொல் உண்டு. அம்மையுடன் பிறந்தவன். மலையாளத்தில் இது அம்மாவன் என்று வழங்கப்பெறும். இந்த எழுநிலைப்பால் உறவும் திராவிட மொழிபேசும் இனத்தாரிடமும் பினீசிய இனத்தாரிடமும்தான் உள்ளன. உலகத்திலே வேறுயாருக்கும் இது கிடையாது. இந்திய சாதிகளைப் பற்றி ஆராய்ந்த ஆக்ஸ்ஃபோர்டு பல்கலைக் கழகப் பேராசிரியர் ஹட்டன் எவ்வாறு வகைப்படுத்துகிறார் என்றால், *"It is purely nonbhraminical"* என்கிறார். பிராமணரல்லாத எல்லா சாதியாருக்கும் தமிழ், தெலுங்கு, மலையாளம், கன்னடம், துளு இவற்றைப் பேசுகிற எல்லாச் சாதியாருக்கும் இந்த முறைமாப்பிள்ளை - முறைப்பெண் என்ற மரபு உண்டு. இங்கு தாய்மாமன் மகனும் மகளும் கேலிக் குரியவர்கள். ஆனால் வடநாட்டில் இந்த நிலையில்லை. எனவே சாதி எதுவாக இருந்தாலும் அதாவது பார்ப்பனர் அல்லாத சாதி எதுவாக இருந்தாலம் மாமியார் மருமகன் உறவு என்பது திராவிட சமூகத்திலே ரொம்ப இறுக்கமானது. பெரும்பாலான திராவிடச் சாதிகளிலே, மாமியார் மருமகனை சேரில் நின்று வரவேற்பதோ தொட்டுவிடுவதோ வாழ்த்துச் சொல்வதோ மருமகன் - மாமியார் காலில் விழுந்து வணங்குவதோ கிடையாது. இது ரொம்ப அடிப்படையான விசயம்.

இரண்டாவதாக திராவிடப் பண்பாடு என்று எதையும் காட்ட முடியுமா என்றால் அது 'இறந்தவரின் உடலுக்கான மரியாதை'. இந்த இறந்துபோன உடலை ஆங்கிலத்திலே *corpse* என்பார்கள். இறந்துபோன உடலுக்கான மரியாதை என்பது திராவிட சமூகத்தில் மிக முக்கியமானது. யார் யார் இரத்த உறவு உடையவர்களோ அவர்கள் அந்தப் பிணத்தைத் தொட்டு, அதன் மீது விழுந்து, அழுது புலம்பி அரற்றுவது என்பது இறந்த உடலுக்கான மரியாதை. இறந்த போன ஒரே காரணத்துக்காக ஒரு உடலைத் தனக்கு அன்னயிமாகக் கருதுவது தமிழ்நாட்டிலே பார்ப்பனர்களிடம் மட்டுமே வழக்கமாக உள்ள ஒன்று.

மூன்றாவதாக.... பெண்ணின் உடல் மீதான வன்முறை என்பது உலகின் எல்லாச் சமூகங்களிலும் இருக்கின்றது. கணவன், மனைவியை அடிப்பது, ஒரு ஆண் தன் தாயை அடிப்பது. ஆனால் இங்கு குடும்ப அமைப்புக்குவெளியாக பொது இடங்களிலே பெண்ணின் உடல் மரியாதைக்குரியது என்பது திராவிடப் பண்பாடு. எனவே எந்த ஆண் மகனும் தன் மனைவியைத் தெருவிலே நின்று அடிக்கக்கூடாது. நாகரிகம் உருவாகிற பொழுது எல்லாச் சமுகத்தைப் போலவும் திராவிடச் சமுதாயமும் சங்க இலக்கியச் சமூகமும் ஆணாதிக்கச் சமூகம்தான். ஆனால் அந்த ஆணாதிக்கம் என்பது குடும்ப எல்லையைத் தாண்டி வரக்கூடாது என்று ஒரு கட்டுப்பாடு திராவிடச் சமூகத்திலே உண்டு. மனைவியை வீட்டுக்குள்ளே அடிக்கலாம் ஆனால் வெளியிலே அடிக்கக்கூடாது. இது ஒரு எதிர்மறையான வெளிப்பாடு. உடன்பாடான வெளிப்பாடு என்னவென்றால் கேட்டால் உடல் என்கிற அளவில் உலகில் எல்லா நாகரிகங்களிலும் குழந்தைகள் மரியாதைக்குரியவர்கள் சில நாகரிகங்களிலே முதியோர்கள் மரியாதைக்கு உரியவர்கள், சலுகை அளிக்கப்பட்ட குடிமக்கள். ஆனால் திராவிடப் பண்பாட்டிலே கருக்கொண்டு இருக்கின்ற ஒரு பெண் சலுகை அளிக்கப்பட்ட குடிமகள். இது வீட்டிற்குள்ளாக மட்டும் அல்ல வெளி அரங்கிலும் நடைபெறும் தற்போது உயிர்ப்போடு இருக்கிற ஒரு வழக்கம். வாயும் வயிறுமாக ஒரு பெண் நகரப் பேருந்திலே நின்றுகொண்டு வந்தால் யாரேனும் ஒரு வயது முதிர்ந்த பெண்ணோ ஆயோ அந்தப் பெண்ணுக்கு இடம் தருமாறு குரல் கொடுக்கின்றனர். எனவே அவள் சலுகை அளிக்கப்பட்ட குடிமகள். அங்கே சாதியோ மதமோ தொழிற்படுவது இல்லை என்பதுதான் முக்கியமான

செய்தி. தள்ளிய வயிற்றோடு ஒரு பெண் நிற்கிற பொழுது சாதியோ மதமோ தொழிற்படாமல் அவள் பெண் என்பது மட்டுமே அங்கு தொழிற்படுகிறது. இம்மாதிரியான கலாசார அசைவுகளைக் கொண்டது தான் திராவிடச் சமூகம்.

ஐவகைத் திணைகளில் பாலைத்திணை குறித்து மட்டும் தொல்காப்பியம் விரிவாகச் சொல்லவில்லை. கருப்பொருட்கள் கூறவில்லை. இதற்கு தொல்காப்பியர் காலத்தில் இந்த நிலம் அல்லது திணை இல்லை எனப் பொருள் கொள்ளலாமா அல்லது அவரது காலத்திற்கு முன்பு இருந்து அவர் காலத்தில் மறைந்து விட்டது அதனால் சொல்லாமல் சென்றுவிட்டார் என்று பொருள் கொள்ளலாமா?

தொல்காப்பியம் என்பது நூற்றுக்கு நூறு வாழ்க்கை சார்ந்த நூல் அன்று. "எழுத்தும் செய்யுளும் ஆயிரு முதலின்" என்பதுதான் தொல்காப்பியம். அதாவது வாய்மொழி மரபும் அதிகாரம் சார்ந்த எழுத்து மரபும் சேர்ந்த ஒரு நூல்தான் தொல்காப்பியம். அது வாழ்க்கையைக் கவிதையாக்குவதற்கான இலக்கணம்தானே தவிர வாழ்க்கையை நேரடியாகக் கவிதையாக்குவதற்குரிய இலக்கணத்தைத் தொல்காப்பியர் தரவில்லை. வாழ்க்கையைக் கவிதையாக்கும்போது சில விசயங்கள் வடிகட்டப்படும். வேறொரு வகையில் சொல்கிறேன். பரத்தமை என்பது மிகப் பெரிய நிறுவனம். தொல்காப்பியர் உட்பட அனைவரும் ஏற்றுக்கொண்ட நிறுவனம். பரத்தைக்குக் குழந்தை இருந்ததாக பாடலே இருக்கக்கூடாது. இது ஒரு எழுதப் படாத மரபு. ஆனால் பரத்தைக்குக் குழந்தை இல்லாமல் இருந்திருந்தால் அடுத்த தலைமுறைக்குப் பரத்தை கிடைத்திருக்க மாட்டாள். தொல்காப்பியச் செய்யுளில் வாழ்க்கையை அப்படியே கவிதையாக்குவதற்குத் தொல்காப்பியர் இலக்கணம் செய்யவே முடியாது. வாழ்க்கையைக் கவிதையாக்குவதற்குச் சில வடிகட்டி முறைகளை கொண்டுதான் தொல்காப்பியர் இலக்கணம் செய்திருக்கிறார்.

ஏனென்றால் தொல்காப்பியர் எழுத்துமரபு சார்ந்து பேசுகிறார். ஒன்றை மறந்துவிடக்கூடாது. இன்றுவரை இந்த தேசத்திலே மூன்று பேரில் ஒருவர் எழுத்தறிவு பெறாதவன். எனவே எழுத்துமரபு என்பது அதிகாரம் சார்ந்தது. தொல்காப்பியர் எப்படிக் கவிதை யாக்கலாம் என்பதற்குத்தான் இலக்கணம் வகுக்கிறார். பெரும்பகுதி அவற்றைச் சார்ந்ததாக

இருக்கிறது. நூற்றுக்குநூற வாழ்க்கை சார்ந்தது என்றால் அதற்குத் தொல்காப்பியர் இலக்கணம் செய்யவே தேவை இல்லை. நீங்கள் நிலம் என்று எத்தனை சதுர கிலோ மீட்டர்களை வைத்துக் கொள்கிறீர்கள் என்பது எனக்குத் தெரியாது. ஆனால் ஒரு நிலப்பகுதி கொண்டே (உதாரணமாக நெல்லை மாவட்டத்தை எடுத்துக் கொள்ளுங்கள்) ஆங்கில அரசு உருவாக்கிய ஒரு வருவாய் மாவட்டம், இந்த நெல்லை மாவட்டத்துக்குள்ளே சங்கரன் கோயிலில் மட்டும் தான் தினை விளைகிறது. சங்கரன் கோயிலில் உள்ள கோமதி அம்மன் கோயிலில்தான் தினைமாவைக் கொண்டு மாவிளக்கு ஏற்றுவார்கள். எனவே இடம் என்பதும் நாடு என்பதும் இருபது சதுர கிலோ மீட்டருக்கு இடையிலே மாறுபாடுடையதாக உள்ளது. நாடு என்பது தமிழ்நாடு என்ற அளவிலே பாண்டியநாடு, சோழநாடு என்கிற அளவிலே நீங்கள் புரிந்து கொள்ளக்கூடாது.

“முன்னூறு ஊர்த்தே தண்பறம்பு நன்னாடு” என்பது பாரியினுடைய பறம்பு நாட்டைப்பற்றி கபிலருடைய கருத்து. அந்த நிலப்பகுதியிலேயே சின்ன வேறுபாடு ஒன்று இருக்கிறது. ஆனால் ஒட்டுமொத்த தமிழ்நாட்டின் அடிப்படையான கலாச்சார கூறுகளைப்பற்றி நான் முதலிலே சொன்னேன்.

திருநெல்வேலியிலே நாங்கள் சந்தி, முடுக்கு என்று சொல்லுவோம். ஆனால் கொஞ்சம் தள்ளிப்போய் கங்கை கொண்டானில் கேட்டால் கோடி என்று சொல்வார்கள். இது மாதிரியான வேறுபாடுகள் தவிர்க்க இயலாதவை. ஏனென்றால் பயணம் அதிகமாக இல்லாத சாலைப் போக்குவரத்தும் வேறு வகையான தொலைத் தொடர்பு வசதிகளும் இல்லாத காலம் எனவே அது அப்படித்தான் இருக்கும்.

தொல்காப்பியர் கூறும் களவியல், கற்பியல் என்பனவற்றை வாழ்க்கைக்குரிய இலக்கணமாகக் கொள்ளலாமா அல்லது வாழ்க்கையில் நடக்கிற விசயங்களை எழுத்து வடிவில் கொண்டு வந்தார் என்ற கருதலாமா?

தொல்காப்பியர் கருத்துப்படி அவர்காலச் சமூகம் திருமணத்துக்கு முந்தைய உடல்உறவை அனுமதித்தது. அந்த முதல் உடல் உறவு காதலனுக்கும் காதலிக்கும் இடையே ஏற்படுவதற்கு மனிதம் காரணம் அல்ல, ‘பால்’ என்னும் தெய்வம் காரணம் என்று தொல்காப்பியர் நம்பினார். ஆனால் அரசுருவாக்க முயற்சிகளில் அவற்றை ஒழுங்குபடுத்த வேண்டிய

தேவை தொல்காப்பியருக்கு ஏற்பட்டது. அரசுருவாக்கமும் அதிகார வழிகளும் உருவாகிறபோது இயற்கையான காதலில் சில வேறுபாடுகள் தோன்றுகின்றன. “பொய்யும் வழுவும் தோன்றுகின்றன. ‘பொய்யும் வழுவும் தோன்றிய பின்னர் ஐயர் யாத்தனர் கரணம் என்ப’ என்று தொல்காப்பியர் சொல்வதிலிருந்தே சில ஆண்களோ பெண்களோ தங்களுடைய காதலை மறைத்துக்கொள்ளத் தலைப்பட்டிருக்கிறார்கள் என்பது தான் உண்மை. ஆனால் திராவிட மரபில் ஒரு ஆணும் ஒரு பெண்ணும் சேர்ந்து பழகுவது கருத்தியல் ரீதியாக பால் என்னும் ஒரு தெய்வத்தின் காரணமாக நிகழ்வது எனவே அவர்கள் சேர்ந்து பழகுவதை ஒழுக்கம் என்று சொன்னார்கள். களவு ஒழுக்கம், அந்த ஆணும் பெண்ணும் ஊராரை எதிர்த்து ஓடிப்போனால் அதை உடன்போக்கு ஒழுக்கம் என்று சொன்னார்கள். காதலிப்பவரை கைவிட்டு விட்டால் அந்த ஆண்மகனை அறமில்லாதவன் (அறமிலி) என்று சொன்னார்கள். ஒரு பெண்ணை ஒரு ஆடவன் காதலிப்பது ஒழுக்கம். பிறகு ஏன் களவியல் என்று வந்தது என்று கேட்டால் ஆதிக்கச் சமூகம் உருவாகிவிட்ட காரணத்தினாலே அந்தப் பெண்ணினுடைய தாய் தந்தையுடைய அனுமதியில்லாமல் இவன் எடுத்துக்கொண்ட காரணத்தினாலே தெரியாமல் எடுத்துக் கொண்ட காரணத்தினாலே அதைக் களவு என்றனர். மற்றபடி அதற்கு ஒழுக்கம் என்றுதான் பெயர்.

பால் என்னும் தெய்வத்தைக் குறித்துக் கூறினீர்கள். இது குறித்து விளக்க முடியுமா?

பால் என்னும் தெய்வத்தைக் குறித்து தொல்காப்பியரும் பேசியிருக்கிறார். சங்க இலக்கியச் செய்யுள்களிலும் குறிப்பு வருகிறது. பால் என்று சொன்னால் பிரிவு என்று பொருள் அறத்துப்பால். பொருட்பால், இன்பத்துப்பால் என்று கூறுகிற பொழுது பால் என்பதற்குப் பிரிவு என்றுதானே பொருள். அதுகூட எழுத்து மரபு சார்ந்த செயற்கைப் பிரிவு என்று சொல்லலாம். ஆண்பால், பெண்பால் என்று சொல்கிறபோது பால் என்பது இயற்கையான ஒரு பிரிவு. இந்தப் பெண்ணுக்கு இந்த ஆண் என்று தீர்மானித்தது அந்தப்பால் என்னும் தெய்வம். அதற்கு முன்னே என்ன நடந்தது, கரடிக் குழுவைச் சேர்ந்த பெண்களெல்லாம், புலிக்குழுவைச் சேர்ந்த ஆண்களுக்குமனைவிமார்கள். புலிக்குழுவைச் சேர்ந்த பெண்களெல்லாம் கரடிக்குழுவைச் சேர்ந்த ஆண்களுக்கு

மனைவிமார்கள். இதன் பெயர் *Polyandry*. பிறகு அடுத்தகட்ட வளர்ச்சியாக கரடிக் குழுவிலே இருக்கிற ஒருவன் புலிக்குழுவிலே உள்ள ஒரு பெண்ணைத் திருமணம் செய்து கொண்டால் அந்தப் பெண் இந்த ஆண்மகனுக்கு மட்டுமல்லாமல் அவனோடு பிறந்த எல்லாருக்கும் மனைவி. இதற்கு சகோதரப் பல கணவன் என்று பெயர். இந்த நீண்ட வழக்கத்திலேதான் திரௌபதியை புரிந்து கொள்ள வேண்டும். நாட்டார் மரபு இந்தச் சகோதர பல கணவன் முறையை ஏற்றுக் கொண்டதால் தான் "திரௌபதி ஐவருக்கும் தேவி அழியாத பத்தினி" என்று சொன்னார்கள். இதற்குப் பிறகு 'ஒருவனுக்கு ஒருத்தி வருகிறது. பரத்தைமை என்ற நிறுவனம் அங்கீகரிக்கப்பட்ட பின்னாலே ஒருவன்' 'ஒருவனுக்குப் பலர்' என்றானது. இது தேவதாசி ஒழிப்புச் சட்டம் வந்த இருபதாம் நூற்றாண்டு நடுப்பகுதி வரையிலே இதுதான் தமிழகத்திலே ஒழுக்கமாக இருந்தது. பலதாரத் திருமணச் சட்டம் வந்த பிறகும்கூட நிறைய அரசு ஊழியர்கள் கூட தங்கள் மனைவியுடைய தங்கைகளைத் திருமணம் செய்திருப்பதையும் ஒன்றாக வாழ்க்கை நடத்தி வருவதையும் நடை முறையில் காண்கிறோம்.

இந்தப்பால் என்னும் தெய்வம் இன்னாருக்கு இன்னாரென்று பிரித்துகாட்டியது. இது ஆண் பெண்ணுக்கு மட்டுமல்ல. உணவிலேயும்கூட இன்னாருக்கு இவ்வளவு என்று பிரித்துக் காட்டியது. கிரேக்க மரபிலேயும் இதுபோல ஒரு தெய்வம் இருந்தது. *Morrea* என்று பெயர். ரித என்ற தோன்றியது. இது வேதகாலத்திலேயே சொல் இதிலிருந்துதான் தோன்றியது. இது வேதகாலத்திலேயே செத்துப்போன ஒரு கடவுள். பால் என்னும் தெய்வமும் செத்துப் போய் ரொம்பக் காலமாகி விட்டது. ஆனால் இந்த வழக்கத்தின் எச்சத்தை நாம் மலையடிவார கிராமங்களில் இன்னும் காணலாம்:

'சாதிப்பாகுபாடு தமிழர்களுடையது; வருணப் பாகுபாடுதான் ஆரியர்களுடையது. சாதி இங்கிருந்துதான் வடநாட்டிற்குச் சென்றது' என்று ஒரு சிலர் கூறுகின்றார்களே இது குறித்து தங்கள் கருத்தைக் கூறுங்கள்?

ஒன்றை நினைவில் கொள்ளவேண்டும். சாதி என்பதற்கு நம்மிடம் ஒரு மாற்றுச்சொல் கிடையாது. இந்தச் சாதி என்ற சொல் வடமொழி வேரான ஜா என்றதிலிருந்துதான் தோன்றியது. வடமொழியில் மட்டுமல்ல இந்தோ ஆரிய

மொழிகள் எல்லாவற்றுக்கும் 'ஜா' என்பது பிறப்பைக் குறிக்கிற ஒரு சொல் வனஜா, ஜலஜா என்று வடமொழியில் சொல்வதாக இருந்தாலும் 'ஜீன்' என்று விஞ்ஞானக் கலைச்சொல்லாகச் சொல்வதாக இருந்தாலும் சரிதான். இவை அனைத்திலும் இந்தோ ஆரியமொழி வேர்ச்சொல்லான 'ஜா' என்னும் சொல் பிறப்பைக் குறிப்பதாகவே உள்ளது. ஜனனம், ஜாதகம் என்ற சொற்கள் எல்லாம் சான்றுகள். தமிழிலே குடி. கணம் ஆகிய சொற்கள்தான் இருக்கின்றன. இச்சொற்கள் இன்றைய சாதிப் பாகுபாடுகளை விளக்கிக் காட்டுமா என்றால் காட்டாது. இன்று சாதி என்று நாம் எதை அர்த்தப்படுத்திக் காட்டுகிறோமோ அதைகுடி, குலம், கணம் என்ற சொற்கள் அர்த்தப்படுத்திக் காட்டாது. இந்தச் சொற்களை வெவ்வேறு பொருட்களிலே நம்மவர்கள் படுத்தியிருக்கிறார்கள். வருணக்கோட்பாடு ஆரியர்களுடைய குடும்ப நூல்களில்தான் இருந்தது. *Scriptures*இல்தான் பயன் இருந்தது. அது ஒருபோதும் நடைமுறையிலே இருந்ததில்லை. நடைமுறையிலே இந்தியாவிலே பொதுவாக இருந்ததெல்லாம் மேலாண்மையிலே பார்ப்பன சாதி, பார்ப்பனர்களை அடுத்த ஒரு மேல்சாதி. சாதியப் படிநிலையிலே சில இடங்களிலே இடங்களிலே அஃது அல்லாத ஒரு சாதி. இவை அல்லாத ஒடுக்கப்பட்டவர்கள். இந்த நான்கு பெரும் பிரிவுக்குள்ளாக இந்தியாவில் உள்ள எல்லாச் சாதிகளும் அடங்கி விடும். இதுதான் இந்தியா முழுக்க பொதுவிதி. இதிலே நிறைய வேறுபாடுகள் உள்ளன.

வருணத் தத்துவப்படி பார்ப்பன, சத்திரிய, வைசிய, சூத்திர இதன்படி பார்ப்பதாக இருந்தால் தமிழ்நாட்டிலே பார்ப்பனர்களை அடுத்த மேல்ஜாதியாக வன்னியர்களும் மறவர்களும் இருந்திருக்க வேண்டும். வேளாளர்கள் சூத்திரர்களாக இருந்திருக்க வேண்டும். வேளாளர்கள் தங்களைச் சைவ வேளாளர்கள் என்றனர் சிவஞான போதம் இந்த வருணக்கோட்பாட்டை ஒத்துக்கொண்டு சறுக்குகிற இடம் இதுதான். தங்களைச் சூத்திரர்கள் என்று ஒத்துக்கொள்ளவும் அவர்களால் முடியவில்லை. இந்த வருணப் பாகுபாட்டிலிருந்து தங்களை விடுவித்துக் கொள்ளவும் அவர்களால் இயலவில்லை.

எனவே வேளாளர்கள் சத் சூத்திரர்கள்தான். சூத்திரர்களில் வேறானவர்கள் அல்ல. அவர்களைவிட வைசியர்கள் உயர்வானவர்கள் என்றால் அந்தச் சாதிக்காரர்கள்

ஒத்துக்கொள்ளமாட்டார்கள். நான் என்ன சொல்ல வருகிறேன் என்றால் வருணக்கோட்பாடு ஒருபோதும் வடநாட்டிலும் தென்னாட்டிலும் நடைமுறையில் இருந்ததில்லை. இங்கு சாதி அடுக்குகள்தான் உள்ளன. இந்தச் சாதிகள் வட்டாரம் சார்ந்து தொழில்சார்ந்து அரசு இயந்திரம் என்னும் நிறுவனத்தின் வளர்ச்சி சார்ந்து வேறுவேறாகக் கிளைத்தன. அரசு இயந்திர வளர்ச்சி, அல்லது தொழில் வளர்ச்சி என்பதற்கு ஒரு எடுத்துக்காட்டுச் சொல்ல வேண்டும் என்றால் "பாணன் பறையன் கடம்பன் துடியன் என்று இந்த நான்கல்லது குடியுமல்ல" என்ற பாடலில் பறையன் என்ற ஒரு குடியைப் பற்றி சங்க இலக்கியம் பேசுகிறது.

இன்றைக்குப் பறையர் எனப்படுவோர் பெரும்பாலும் ஒடுக்கப் பட்ட மக்களாகவும் உழுதொழிலாளர்களாகவும் இருக்கின்றனர். நிலமற்ற கூலித்தொழிலாளர்களாக சில இடங்களில் இருக்கின்றனர். அப்படி மட்டும்தான் இருக்கிறார்களா? பெரிய புராணத்தைக் கூர்ந்து கவனித்தால் நந்தனார், பறையர் என்னும் பிரிவைச் சார்ந்தவர். சேக்கிழாரே சொல்வார் "ஊரில் விழும் பறைத்துணைவை உணரிமையாகக் கொண்டு சார்பில் வரும் தொழில் செய்வார்". எனவே பறைத் தொழில் என்றால் என்ன? உழவிலே உழு தொழில், இறந்த விலங்குகளினுடைய உடலோடு தொடர்புடைய தொழில் களைச் செய்ததினாலே நரம்பு சார்ந்த இசைக்கருவிகளைச் செய்தும், தோல் சார்ந்த இசைக் கருவிகளைச் செய்தும் இதன் காரணமாகவே இசையுருவாகி இசைஞானமும் பெற்றும், சேக்கிழார் கருத்துப் படியே நந்தனார் இசை கற்றவர். "ஆடுதலும் பாடுதலுமாகி வல்லார்" என்றே சொல்கிறார். கோரோசனை எடுத்ததினாலே மருத்துவத் தொழில் செய்பவர். தோலைப் பதப்படுத்துவதற்கு மிக அடிப் படையான சுண்ணாம்புத் தொழில் செய்பவர். அப்படியானால் ஒரு பறையர் என்பவர் மருத்துவத் தொழில் செய்பவர், இசையாளர், இசைக்கருவிகளை ஆக்குபவர், இசைக்கருவிகளைப் பழுது நீக்குபவர், நல்ல நடனக் கலைஞர், சுண்ணாம்பிலே தொழில் செய்பவர், உழுது தொழில் செய்தவர்.

இன்னொரு விசயம் கேள்விப்பட்டிருப்பீர்கள், வள்ளுவர் பறையர்; அவர் நெசவுத்தொழில் செய்தவர் என்று. பறையர்களிலே வாதிரியார் என்ற பிரிவு இன்னமும் நெசவுத் தொழில் செய்து வருகின்றனர். அப்படியானால் இத்தனை

தொழில்களையும் ஒரு சாதி செய்கின்றதென்றால் சமூக உற்பத்திக்கு எவ்வளவு பெரிய பங்களிப்பைச் செய்த சாதியாக அது இருந்திருக்கவேண்டும். அது எப்படி இழிந்த சாதியாகப் போயிற்று? அரசு உருவாக்கத்தின் போது அந்தச் சாதி சார்ந்த தொழில்களையெல்லாம் சுத்த அசுத்தக் கோட்பாட்டைக் கொண்டு இழிவாக்கி அந்தச் சாதியை இழிந்த சாதியாக்கி விட்டனர். தமிழகத்தில் சாதி ஒரு குடிதான். இன்றைக்கும் நெல்லை மாவட்டத்திலே ஒரு சாதியைச் சொல்லி அந்தச் சாதி மக்கள் குடியிருக்கிற தெருக்களைச் சொல்கிறபோது குடி என்று தான் சொல்கிறார்கள். அது பார்ப்பாரக் குடியிருப்பு, அது வெள்ளாளர் குடியிருப்பு என்றுதான் சொல்கிறார்கள். சாதி என்ற சொல்லால் அல்ல.

வருணாசிரமக் கோட்பாடான பார்ப்பன, சத்திரிய, வைசிய, சூத்திர என்பதற்கும் தொல்காப்பியத்தில் கூறப்பட்டிருக்கும் அரசர் அந்தணர் வணிகர் வேளாளர் என்ற பிரிவிற்கும் உள்ள வேறுபாடு என்ன? (முறைவைப்பிலும் மாறுபட்டுள்ளதே?

அரசர், அந்தணர், வணிகர், வேளாளர் என்று சொல்லக்கூடிய தொல்காப்பிய நூற்பாவை ஏற்றுக் கொள்ளவில்லை. தொல்காப்பியத்திலே இடைச் செருகலாகச் செய்யப்பட்ட நிறைய நூற்பாக்களிலே அது ஒரு நூற்பா. 'வண்' என்ற சொல் சங்க இலக்கியத்திற்குள்ளே எங்காவது வந்திருக்கிறதா? சங்க இலக்கியத்திலே, புலவர்கள் பயன்மொழியிலேதான் வந்திருக்கிறதே தவிர ஒரே ஒரு இடத்திலே அறவிலை வாணிகன் மாதவன் என்று வந்திருக்கிறது. அந்தச் சொல்லுக்குப் பெருவழக்கு கிடையாது. ஏனென்றால் அச்சொல்லுக்கான வேர்ச்சொல் திராவிட மொழியிலே கிடையாது. வண் என்றால், கொள்வது கொடுப்பது என்பதாகத் தான் உண்டு. வேறு ஒரு சொல் வணிகனைக் குறிக்க தமிழ்மொழியில் இல்லை. சங்க இலக்கியத்திலும் பெருவழக்குப் பெறவும் இல்லை. தொல்காப்பியத்தில் இருக்கிற நிறைய சொற்கள் சங்க இலக்கியத்தில் இல்லை. ஏனென்றால் அவை இடைச் செருகல்கள், வருணன் என்ற சொல் சங்க இலக்கியத்திலே 2681 பாடல்களிலே ஒரு பாடலில்கூட இல்லையே. பின் எப்படி அந்த தொல்காப்பிய நூற்பாவை நான் அதிகாரப்பூர்வமானதாக எடுத்துக்கொள்ள முடியும்.

களப்பிரர்கள் அயலவர்கள், களப்பிரர் காலம் இருண்ட காலம் என்று ஒரு பிரிவினராலும், களப்பிரர் காலம் சமணம் முதலிய அவைதிக மதங்கள் எழுச்சியுற்ற காலம் என்று வேறொரு பிரிவினராலும் கூறப்படுகிறதே. அக்காலத் தமிழ்ச்சமூகத்தில் களப்பிரர்கள் உருவாக்கிய தாக்கம் என்ன?

களப்பிரர்கள் காலம் என்பது அவைதிக சமயங்கள் எழுச்சி பெற்ற காலம் என்பதில் எந்தவிதக் கருத்து வேற்றுமையும் கிடையாது. அதுதான் வரலாற்று முடிவு. அவைதகமதங்கள் எழுச்சியுற்ற காரணத்தினாலே சேர்ந்தவர்களுக்கு அது இருண்ட காலமாகத்தான் தோன்றும். சங்க இலக்கிய காலத்துக்கு இந்தக் களப்பிரர்கள் காலத்துக்கும் இடையே உள்ள வேறுபாடு என்ன என்று கேட்டால் சமூக வளர்ச்சி, உற்பத்தி வளர்ச்சி, நெடுஞ்சாலைப் பெருக்கம், உற்பத்திப் பொருள்களுக்கான ஒரு சிறிய அளவிலான சந்தை ஏறத்தாழ, அவைதிக மதங்கள் என்று அறியப்பட்ட சமணம் பௌத்தம் மதங்கள் இரண்டுமே வணிகர்களின் ஆதரவினால் வளர்ந்த மதங்கள், தட்சணாவரம் என்று சொல்லக்கூடிய தென்னகப் பெருவீதியைப் பெரிய வழியாக்கியது சமணர் கூட்டம்தான். ஆனைமலைக் கல்வெட்டைப் பார்த்தால் உப்பு வாணிகன், கடல் வாணிகன் என்று வணிகர்களின் பெயராகவே இருக்கும். அந்தக் காலத்திலே நிறுவனமதம்போல இருந்த பார்ப்பன மேலாண்மை (அப்பொழுது வைதிக மதங்கள் தான் இருந்தது. சைவ, வைணவ மதங்கள் இல்லை. அவற்றின் குறுவித்துகளைத்தான் அப்பொழுது பார்க்கிறோம். சைவமும் வைணவமும் மதங்களாக வளர்ச்சி பெறாத காலம்) வைதிகம் தன்னை முதன்மைப்படுத்திக் கொண்ட காலம்.

வைதிகம் என்று நான் குறிப்பிடுவது கோயில்சாராத வேதத்தை மட்டும் கொண்டாடுகிற மிகப் பிற்காலத்திலே ஸ்மார்த்தர்கள் என்று அறியப்பட்ட பார்ப்பனர்கள் சமூக அரசியல் மேலாண்மையைப் பெற்றிருந்த காலம். நின் முன்னோர் பார்ப்பன நோவன செய்யார் என்றெல்லாம். அரசனை தான் உயர்த்திய கைக்குக் கீழே குனிய வைக்கிற அளவுக்கு வல்லமை பெற்றிருந்த காலம். அந்த வல்லமையை சமணமும் பௌத்தமும் சாய்த்துக் காட்டியது. வைதிகம் மீண்டும் எழுகிறபோது சைவத்தையும் வைணவத்தையும் உள்வாங்கிக் கொண்ட வைதிகமாகத்தான் அது எழமுடிந்ததே தவிர பழைய வடிவிலான வைதிகமாக எழமுடிய வில்லை.

இதன் பின்னாலே சங்கரர் காலத்திலே அது மறுபடியும் தலைதூக்கியது. களப்பிரர் காலத்தைப்பற்றி அறிய போதுமான கல்வெட்டுச் சான்றுகள் இதுவரை கிடைக்கவில்லை என்றுதான் சொல்லவேண்டும். களப்பாளர்கள் என்று சில குடும்பங்கள் இங்கே இருந்திருக்கின்றன. களப்பிரர் பிற மொழியாளர்கள் அல்லர். இங்கேயே அவைதிக மதமாக எழுச்சிபெற்ற ஒரு புதிய அரசியல் அதிகாரம் பெற்றவர்கள் என்றுதான் கூறவேண்டும்.

புனிதம் தீட்டு - சுத்தம் x அசுத்தம் இந்தக் கோட்பாடு தமிழ்ச் சூழலுக்கு எப்படி வந்தது. இங்கு மதிப்பு / மரியாதை என்பதுதானே மரபு?

பார்ப்பனியத்தின் உயிர்நாடியான பண்புகளில் ஒன்று இந்த சுத்தம் - அசுத்தம் என்ற கோட்பாடுதான் இதைத்தான் பிற்கால வைணவம் பார்ப்பனியத்துக்கு எதிராக உடைத்தெறிய முற்பட்டது என்று நானே ஒருமுறை கூறியிருக்கிறேன். இந்தக் சுத்த அசுத்தக் கோட்பாட்டிலேதான் பார்ப்பனியம் தொக்கி நிற்கிறது.

குழந்தையின் மலம்பட்ட தாயின் உடம்பு அழுக்கானதா?எல்லாப் பெண்ணும் தோட்டிதானே. கொண்டாடுகிற ஒரு கடவுளையே தமிழன் கொண்டிருந்தானல்லவா? அழுக்கை உரமாக்குகிற மூத்ததேவி என்ற கடவுள், அந்தத் தேவியை அழுக்கை உரமாக்குகிற, செல்வத்தின் ஆதாரத்தை உருவாக்கித் தருகிற ஒரு தேவியைச் சுத்த-அசுத்த கோட்பாடு கொண்டு கொன்று விட்டார்கள். எல்லா அழுக்கும் உரம். உரமெல்லாம் செல்வம். அப்படியானால் அழுக்கெல்லாம் செல்வம். இதுதான் நம் மரபுவழிப் பார்வையாக இருக்க முடியும். ஒரு ஆட்டைப் புதைத்த இடத்திலே ஒரு முருங்கை மரம் நட்டால் அது அப்படிச் செழித்து வளரும், பெருமையோடுதான் சொல்வார்கள். இறைச்சியிலிருந்தும் எலும்பிலிருந்தும் வளர்ந்த காயென்று அதை ஒதுக்கமாட்டார்கள். அழுக்கு-சுத்தம் எல்லாம் உடலுழைப்போடு சம்பந்தமில்லாத, ஆனால் உற்பத்தியை ஏதேனும் ஒரு வகையிலே கட்டுப்படுத்த முயல்கிற பார்ப்பனியத்தின் வெளிப்பாடாகும்.

தமிழ் ஒப்புரவு, எண் 7 அக்டோபர் - நவம்பர் 2004

3

பெயரிடுதல் என் சுதந்தரம்

கடந்த இருபது நூற்றாண்டுகளாக எவ்வெவ்வகையில், எவ்வெவ்வாறு எல்லாம் மனிதர்களுக்குப் பெயரிட்டு வழங்கினர் என்பதைக் காலவாரியாகக் காண்பது சுவையும் பயனும் தரும் முயற்சியாகும். ஒரு சமூகத்தின் ஆசைகளும், கடந்தகால நினைவுகளும் எதிர்பார்ப்புகளும், அழகுணர்ச்சியும், நம்பிக்கையும் மனிதப் பெயரிடும் வழக்கத்தில் பொதிந்து கிடப்பதைக் காணலாம்.

இருபதாம் நூற்றாண்டுத் தமிழர்களின் பெயர் வழக்குகளில் காணப்படும் கூறுகளை முதலில் வரிசையிட்டுப் பார்க்கவேண்டும். தெலுங்கு, கன்னடம், மலையாளம், சௌராட்டிரம் ஆகிய மொழிகளைப் பேசும் மக்கள் தமிழகத்தில் குடிபுகுந்ததனால் ஏற்பட்ட செல்வாக்கு ஒருபுறம் என்றால், வேதங்கள், இதிகாசங்கள். புராணங்களை உயர்த்திப் பிடிக்கும் பார்ப்பனியச் செல்வாக்கு இன்னொருபுறம்; தேசிய, திராவிட பொதுவுடமை இயக்கங்களின் செல்வாக்கு மற்றொரு புறம். இவற்றோடு பத்திரிகைகள், வானொலி, தொலைக்காட்சி ஆகியவை ஸ, ஜ, ஷ, ஹ, ஸ்ரீ ஆகிய ஒலிகளின்மீது ஏற்படுத்தி வைத்திருக்கும் போலிக் கவர்ச்சி, கிறித்துவமும் ஆங்கிலமும் கலந்து ஏற்படுத்திய தூயஆங்கில அல்லது புதிய தமிழ்ப் பெயராக்கங்கள் என இக்காலத் தமிழரின் பெயரிடும் மரபு வேடிக்கை பலவற்றைக் காட்டி நிற்கிறது. இந்த வேடிக்கைக் கோலங்களுக்கு நடுவில் கண்ணன், குமரன், முருகன், சாத்தன் ஆகிய மிகச்சில பெயர்களை மட்டும் தமிழர்கள் தம் மக்களுக்குத் தொடர்ந்து இட்டு வழங்குவது வியப்புக்குரியதுதான்.

கி.பி. 17ஆம் நூற்றாண்டுவரை தமிழ் மக்களின் இயற்பெயர்கள் பெரும்பாலும் நான்கு அல்லது ஐந்து எழுத்துப்

பெயர்களாகவே இருந்து வந்துள்ளன. அரசியல், சமூகம், ஆன்மிகம் ஆகிய துறைகளில் செல்வாக்குப் படைத்தவர்களை இயற்பெயர் இட்டு வழங்குவது மரியாதைக் குறைவு என்ற எண்ணமும் பல நூற்றாண்டுகளாகத் தமிழர்களுக்கு இருந்துள்ளது. ஏறைக்கோன், மலையமான், ஆவூர்கிழார், கோவூர்கிழார், அரிசில்கிழார், இளங்கோ, ஆரூரன், கழுமலவூரன், வாதவூரடிகள், பெரியாழ்வார் முதலிய பெயர்களை இதற்குச் சான்றாகக் காட்டலாம்.

பக்தி இயக்கமாக எழுச்சிபெற்ற சைவமும், வைணவமும் தமிழர்களின் பெயரிடும் மரபைத் தலைகீழாக மாற்றின. அதிகாரத்தில் இருந்தவர்கள் விசயாலயன், ஆதித்தன், பராந்தகன், உத்தமன், இராசராசன், இராசேந்திரன், குலோத்துங்கன், விக்கிரமன் என்று வடமொழிப் பெயர்களைத் தங்களுக்குச் சூட்டிக்கொண்டு மகிழ்ச்சியடைந்தனர். கி.பி.7ஆம் நூற்றாண்டு முதல் பெருகி வளர்ந்த பார்ப்பனியத்தின் செல்வாக்கிற்கு இந்தப் பெயரிடும் மரபுகளும் சான்றுகளாக நிற்கின்றன.

அதேநேரத்தில் மற்றொருபுறத்தில் திருமுறைகளும் பாசுரங்களும் ஊட்டிய மொழிஉணர்ச்சி மக்கள் பெயரிடும் மரபிலும் எதிரொலித்தது குறிப்பிடத்தக்கது. எடுத்த பாதம், மழலைச் சிலம்பு, நீறணி பவளக்குன்றம், உய்யநின்று ஆடுவான், கரியமால் அழகன், கரிய மாணிக்கம் எனத் தேவாரமும் ஆழ்வார் பாடல்களும் மக்கள் பெயர் வழக்குகளில் பதிவாயின. ஆவூர்மூலங்கிழார், ஏணிச்சேரி, முடமோசியார் என ஊர்ப்பெயர் சார்த்தி வழங்கும் மரபு வளர்ந்து தெய்வத் திருத்தலங்களின் பெயரையே மக்கள் பெயராக இடும் மரபு இக்காலத்தில்தான் உருவானது. ஐயாறன், ஆரூரன், திருமாலிருஞ்சோலை, கயிலாயன் எனத் திருத்தலப் பெயர்களை இடும் இந்த மரபும் காசி, திருப்பதி, பழநி, குற்றாலம், சிதம்பரம் என இன்றுவரை தொடர்ந்து வருவதைக் காணமுடியும்.

சங்ககாலத்திலிருந்து இரண்டாயிரம் ஆண்டுகளாகத் தொடர்ந்து இடம்பெற்றுவரும் பெயர்வழக்குகளாகப் பார்த்தால் கண்ணன், குமரன், சாத்தன் (சாத்தையா, சாத்தப்பன்), நாகன் (நாகப்பன், நாகராசன், நாகம்மாள்), மருதன் (மருதையன் மருதப்பன், மருதமுத்து) ஆகியவற்றைக் குறிப்பிடலாம்.

அதேபோல் தமிழகத்தில் குறைந்தது ஐந்து நூற்றாண்டுக் காலம் செழித்து வளர்ந்திருந்த சமண, பௌத்த மதங்களின்

செல்வாக்கும் தமிழ் மக்களின் பெயர்களில் இன்றளவும் தங்கியுள்ளது. குணம் என்ற முன்னடையோடுகூடிய பெயர்களும் பாலன் என்ற பின்னடையோடுகூடிய பெயர்களும் சமணக் கல்வெட்டுகளில் மிகுதியாகக் காணப்படுகின்றன. குணசீலன், குணசேகரன், குணபாலன், தனசீலன், தனபாலன், சத்யபாலன் ஆகிய பெயர் வழக்குகள் சமணத்தின் தொல்லெச்சங்களாகும். நாகேந்திரன், ஜீவேந்திரன் ஆகிய பெயர் வழக்குகளும் அவ்வாறே வந்தன. சாத்தனார், சாத்தையா என்னும் பெயர்களில் இன்றுவரை வணங்கப்பெறும் தெய்வங்களும் சமணமதத்தின் சிறு தெய்வங்களேயாகும். தர்மராஜன் என்ற பெயரும் அர்ச்சுனன் என்ற பெயரும் பாண்டவர்களைக் குறிப்பதல்ல. தர்மராஜன் என்ற பெயர் புத்தருக்கு வழங்கிய பெயராகும். அப்பர் தேவாரத்தில் இந்தப் பெயர் மார்க்கண்டனுக்கும் கூறப்படுகிறது. புத்தம், தம்மம், சங்கம் என்பது பௌத்தர்களின் மும்மைக் கோட்பாடாகும். அதேபோல் அர்ச்சுனன் என்ற பெயர் மருதன் என்ற தமிழ்ப் பெயரின் வடமொழிப் பெயர்ப்பேயாகும்.

தென்மாவட்டங்களில் இப்பொழுதும் வழங்கும். பெயர்களில் சோணை என்ற முன்னடைப் பெயரைப் பரவலாகக் காணலாம். சோணைமுத்து, சோணாசலம் என்பதாக இவை அமைகின்றன. ‘பொன்’ என்று பொருள்படும் பாலிமொழிச் சொல்லான ‘சோனா’ என்பதே இது. பாடலிபுத்திரத்தில் ஓடும் நதியினைச் சோணை (பொன்னி) நதி எனச் சங்க இலக்கியம் கூறும். ‘தம்ம, அத்த’ எனவரும் பாலிமொழி சொற்கள் வடமொழிகளில் ‘தர்மம், அர்த்த’ என்று வழங்கும். அதுபோலவே ‘சோண’ எனவரும் பாலிமொழிச் சொல் சுவர்ண சொர்ண(தங்கம்) என ஒலிமாற்றம் பெற்று வந்துள்ளது. சோணைமுத்து என்ற பெயருக்குத் ‘தங்கமுத்து” என்று பொருள். சோணாசலம் என்றால் ‘தங்கமலை’ என்று பொருள். அதேபோல் மண்ணாங்கட்டி, அகோரம், ஆபாசம், அமாவாசை, பிச்சை முதலிய பெயர்கள் மந்திர நம்பிக்கையின் அடிப்படையில் பிறந்தவை. குழந்தைகளைத் தீயஆவிகள் அண்டாது என்ற நம்பிக்கையில் இவை விரும்பி இடப்படுகின்றன. இந்த நம்பிக்கை ஒடுக்கப்பட்ட சாதியரிடத்தேதான் வலுவாக இருக்கின்றது என்பது குறிப்பிடத்தக்கது.

ஒடுக்கப்பட்ட மக்களிடத்தில் பரவலாக வழங்கும் பெயர்களாக இன்றும் சில பெயர்களை அடையாளம் காண்கிறோம். பலவேசம், கழுவன், விருமன்,ஒச்சன்,சுடலை, பேச்சி, பிச்சை, ஆண்டி முதலியவை பெரும்பாலும் சிறுதெய்வப் பெயர்களை ஒட்டி. அமைந்தவை. இவை அரசியல் அதிகாரத்தால் ஒடுக்கப்பட்ட மக்களிடத்தில் மட்டுமே வழங்கப்பெறும் பெயர்களாகும். அதாவது இவை 'கீழோர் மரபு சார்ந்த பெயர்களாக அறியப்படும். பெருந்தெய்வங்களின் பெயர்களையோ, பெரியசாமி, ராஜா என மேன்மைசுட்டும் பெயர்களை ஒடுக்கப்பட்ட சாதியினர் தம் பிள்ளைகளுக்கு இடமுடியாதவாறு பண்பாட்டு ஒடுக்குமுறை நிலவிய காலத்தில் மேல்சாதியினர் அவர்களை வேலை ஏவும்போது இந்தப் பெயர்களால் அழைப்பது தங்களுக்குக் 'கௌரவக் குறைவு' என்று கருதினர். இவ்வகையான பெயர் வழக்குகளும், அடையாளங்களும் 15ஆம் நூற்றாண்டுவரை இலக்கியங்களிலோ, கல்வெட்டுகளிலோ காணப்படவில்லை. வரலாற்றுப்போக்கில் பெயரிடும்முறையில் மேலோர், கீழோர் என்னும் பிரிவுகள் 15ஆம் நூற்றாண்டில் பிறந்த விசயநகரப் பேரரசு என்னும் இந்து சாம்ராஜ்யத்தினால் விளைந்தவை. அவர்கள் வந்தபிறகு விஸ்வதாதன், திருமலை முதலிய பெயர்கள் வந்தன. இன்றும் பரவலாக இப்பெயர்கள் இடப்படுகின்றன. ஆங்கிலேயர்கள் எவ்வாறு ராபர்ட்சன், ஜான்சன் என 'சன்' பெயர்களைப் பின்னடையாக இடுகின்றனரோ, அதேபோல் தமிழர்களும் கண்ணப்பன், முத்தப்பன் என 'அப்பன்' பெயர்களைப் பின்னடையாக இடும் வழக்குகள் இன்றும் உள்ளன. ஆனால் அவர்களைப்போல் குடும்பப் பெயர்களை இடும் வழக்கு நம்மிடம் இல்லை. தஞ்சாவூர் பகுதி கள்ளர் மக்களிடையே மட்டுமே அந்த வழக்கு இருந்து வருகிறது.

இந்துக் குடும்பங்கள் இன்றும் கிறித்துவப் பெயர்களை இடும் வழக்கத்தை வைத்துள்ளனர். உதாரணத்திற்கு அந்தோணியம்மாள், ஆரோக்கியம்மாள் என பெயர்வைத்துக் கொண்டு இந்துக்களாகவே உள்ளனர். அதேநேரத்தில் முன்பு முஸ்லிம்கள் இந்துப் பெயர் வழக்குகளை பயன்படுத்தினர். உதாரணத்திற்கு ராஜாமுகமது, முத்துமுகமது எனப் பெயர்கள் வைத்துள்ளனர். தற்போது இந்தப் பெயர்கள் பரவலா வைக்கப்படுவதில்லை. கத்தோலிக்க கிறித்துவர்களும் அருள், மலர் என தமிழ்ப் பெயர்களைத் தற்போது இடுகின்றனர்.

இன்று மக்கள் இஷ்டப்படி வடமொழிப் பெயர்களை இட்டு வருகின்றனர். ஷ, ஜ, ஸ என ஒலிகள் வருவது போல் பெயர்களை வைக்கின்றனர். இது ஓர் ஏமாளித்தனமே தவிர வேறில்லை. அதேபோல் எண் சோதிடம் பார்த்து பெயரிடும் அபத்தமான வழக்குகளும் இன்று தமிழர்களிடத்தில் பரவலாகியுள்ளது.

என்னைப் பொறுத்தவரைப் பெயர் இடுதல் என்பது சுதந்தரமான ஒரு விசயம். எனது பெயர்த்திக்கு மதுரா எனப் பெயர் சூட்டியுள்ளனர்; அவர்கள் டெல்லியில் இருப்பதால் அவ்வாறு பெயர் வைத்துள்ளனர். நமக்கு ஊர்ப்பெயர் இடுவது வழக்கமான ஒன்றுதான். ஆனால் அந்தப் பகுதியில் உள்ளவர்களுக்கு அப்பெயர் புதிதாக இருக்கிறது.

த. சண்டே இண்டியன்

4
நிகண்டு

‘எதற்கெடுத்தாலும் தொல்காப்பியமா?’ என்று என்னதான் ‘நவீனர்கள்’ முகம் சுழித்தாலும் தொல்காப்பியத்திலிருந்துதான் தொடங்க வேண்டியிருக்கிறது. நிகண்டு என்ற சொல்லும் அதற்குரிய பொருளும் இன்றைய தமிழ் ஆய்வாளர்கள் பெரும்பாலோருக்குத் தெரியாது. தமிழர்களின் மரபுவழி அறிவுத்தொகுதி எங்கே கிடக்கிறது என்னும் ஞானமும் கவலையும் இவர்களுக்குத் தேவையில்லை. ஆனால் சமூக அக்கறையுள்ள ஆய்வாளர்களுக்கு இது அடிப்படைத் தேவையாகும்.

நிகண்டு என்னும் சொல் தமிழ்ச்சொல்லாகத் தோன்றவில்லை. அது தமிழ்ச்சொல்தான் என்று நிறுவுவதற்கு சுந்தர சண்முகனார் போன்றோர் பெருமுயற்சி செய்துள்ளனர். நம்முடைய பார்வையில் அந்த முயற்சி தேவை இல்லாதது. தொல்காப்பியப் பொருளதிகாரத்தில் ‘உரியியல்’ என்று ஓர் இயல் உள்ளது. இந்த இயலே தமிழ் அகராதியின் மூலம் என்று கிரகோரி ஜேம்ஸ் *(Gregory James)* என்ற அமெரிக்கர் ‘தமிழ் அகராதிகளின் வரலாறு *(History of Tamil Dictionaries)* என்ற தன் நூலில் எழுதுகின்றார்.

உரிச்சொல் கிளவி அல்லது உரிச்சொல் பனுவல் என்பது பிங்கல, கயாதர நிகண்டுகளிலும் காணப்படும் பழைய பெயராகும். நன்னூல் உரையில் ‘உரிச்சொல் பனுவல்’ என்ற தொடரே காணப் படுகிறது. ‘காங்கேயன் உரிச்சொல்’ என்பதே 16ஆம் நூற்றாண்டில் பிறந்த ஒரு நூலின் பெயராகும். எனவே இரண்டு நூல்களின் பழைய பெயர் உரிச்சொல் (அ) உரிச்சொல் பனுவல் என்று தெரிகிறது.

தொலைக்காட்சியிலே வியக்கத்தகுந்த காட்சி ஒன்றைப் பார்த்த குழந்தை, கண்களை அகல விரித்து 'ஐ' என ஒலி எழுப்புகிறது.

இந்த ஒலியின் பொருளை எழுத்திலக்கியங்களில் முடியாது. 'ஐ...' வியப்பு ஆகும் என்று தொல்காப்பியர்தான் இதன் பொருளைத் தமது உரியியலில் விளக்குகின்றார். வெள்ளரிக்காயின் மிகச்சிறிய பிஞ்சினை 'தவப்பிஞ்சு என்று நம் வீட்டுப்பெண்கள் கூறுவார்கள். 'தவ' என்பது உரிச்சொல் ஆகும். அண்மைக் காலமாக பேச்சுத் தமிழில் புழங்கிவரும் சூப்பர், தூள் என்னும் பண்பு அடைச்சொற்கள் எல்லாம் மரபிலக்கணப்படி உரிச்சொற்களாகவே கருதப்பட வேண்டும் சொல் தமிழ் இலக்கணமரபு அந்த அளவு நெகிழ்வுடையது. இப்பொழுது ஒன்று புரிகிறது. அதாவது மக்கள் மொழியின் உயிர்ப்பினையும் ஆற்றலையும் அறிய விரும்புபவர்கள் எல்லாம், தம் தேடலைத் தொல்காப்பியத்தின் உரியியலிருந்து தேடு தான் தொடங்கவேண்டும். 70, 80 ஆண்டுகளுக்கு முன்னர் தெரி வித்துவான் படிப்பில் நிகண்டுகள் சேர்க்கப்பட்டிருந்தன. பின்னர், அது கைவிடப் பட்டபோது, அகராதியியல் அறிவே தமிழர்களுக்குக் கிடைக்காமல் போயிற்று. பிற்காலத்தில் வையாபுரிப்பிள்ளை. மு. அருணாசலம், சுந்தர சண்முகனார், வ. ஜெயதேவன் ஆகியோர் நிகண்டுகளைப் பற்றி கட்டுரைகளும் நூல்களும் எழுதியுள்ளனர். தமிழில் இதுவரை 35 நிகண்டு நூல்கள் நமக்குக் கிடைத்துள்ளன. இவற்றோடு 20ஆம் நூற்றாண்டிலும் 'நவமணிக்காரிகை' என்ற பெயரில் சோழவந்தான் அரசஞ்சண்முகனார் ஒரு நிகண்டு நூல் செய்துள்ளார். தமிழ் நிகண்டு நூல்கள் பொதுவாக 12 தொகுதிகளாகப் பிரிக்கப்பட்டுள்ளன. இவற்றுள் 12ஆவது தொகுதி தொகைப் பெயர்ப் பிரிவாகும். அதாவது தொகைச்சொற்களைப் பட்டியிலிடுகின்றது. எடுத்துக்காட்டாக காலம் மூன்று, பொறிகள் ஐந்து, அரசு உறுப்புகள் ஆறு, சிற்பத் தொழிலுக்கு வேண்டிய மூலப்பொருட்கள் பத்து, அலங்காரம் இருபத்தெட்டு என்ற வகையில் இது அமைகின்றது. பதினொன்றாம் தொகுதி 'ஒரு சொல் பல்பொருள் பெயர்த் தொகுதியாகும். ஒரு சொல்லுக்குரிய எல்லாப் பொருளையும் கூறும் இதுவே அகராதிகளின் மூலவடிவமாகும். ஏனைய பதினோரு தொகுதிகளும் கருத்துக்குச் சொல் தருவனவாகும். அதாவது ஆங்கிலத்தில் *Thesaurus* தெசாரஸ் எனப்படும் நூல்

வகையைச் சேர்ந்தவை. இவை முறையே தெய்வப்பெயர்த் தொகுதி, மக்கள் பெயர்த் தொகுதி. விலங்கினப் பெயர்த் தொகுதி, மரப்பெயர்த் தொகுதி, இடப்பெயர்த் தொகுதி செயற்கைவடிவப் பெயர்த் தொகுதி, பண்புப்பெயர்த் தொகுதி, செயல் பற்றிய பெயர்த்தொகுதி, ஒலி பற்றிய பெயர்த்தொகுதி என்றவாறு அமைகின்றன.

ஆங்கில மொழிகளில் *Thesaurus* என்னும் கருத்து விளக்கச் சொல் தொகுதி முதன்முதலாக *1752*இல் *Rogets* என்பவரால் செய்யப்பட்டது. தமிழில் தொன்மையான நிகண்டு நூல்களான திவாகரமும் பிங்கல நிகண்டும் முறையே *9*ஆம் *10*ஆம் நூற்றாண்டுகளில் செய்யப்பட்டன. எனவே கருத்துக்குச் சொல் தேடும் முயற்சி தமிழர்களின் பழைய வழக்கம் என்று தெரிகிறது.

அறியப்பட்ட எழுத்திலக்கியங்களைவிட நிகண்டு நூல்கள் காட்டும் தமிழ் அறிவுலகம் மிகமிகப் பெரியதாகும். 10 வகையான பெயர்த்தொகுதிகளில் அவை மேலோர் வாழ் நிலைகளைவிட எளிய மக்களின் வாழ்க்கையிலிருந்து நிறையச் செய்திகளை எடுத்துக் காட்டுகின்றன. அத்துடன் ஆய்வாளர்களுக்கு இன்றளவுமான பேச்சுத்தமிழ் மொழியினைப் புரிந்துகொள்ள அவைதவிர உதவி செய்யக் கூடிய இலக்கியக் கருவிகள் வேறு எவையுமில்லை. இந்நிகண்டு நூல்கள் சமய எல்லைகளைத் தாண்டியனவாகவும் அமைகின்றன என்பதும் குறிப்பிடத்தக்கது.

ஒவ்வொரு தொகுதிகளிலிருந்தும் சில எடுத்துக்காட்டு களைக் காணலாம். நிகண்டுகளைப் பற்றிய புரிதலுக்கு இவை உதவும். இந்த எடுத்துக்காட்டுகள் திவாகரத்திலிருந்து மட்டும் இங்கே காட்டப்படுகின்றன.

தெய்வப் பெயர்களில் சிவன், திருமாலாகிய கடவுள்களோடு சமணசமயம் சார்ந்து அருகனுக்கு நாற்பத்து மூன்று பெயர் களையும், அடித்தள மக்களின் வழிபடு தெய்வமான காடுகாளுக்கு ஏழு பெயர்களையும் காளிக்குப் பதினான்கு பெயர்களையும் பகவதிக்கு இருபத்திரண்டு பெயர்களையும் திவாகரத்தில் காணலாம். நெருப்புக்கு 21 பெயர்கள். இரண்டாவதான மக்கட்பெயர்த் தொகுதியில் துறவிகள். அறிஞர்கள், அரசர்கள், பரிவாரங்கள் ஆகிய பெயர்களோடு மருத்துவர், குயவர், உப்பு விற்போர், சித்திரக்காரர் ஆகியோர்தம் பெயர்களையும் ஊன் வினைஞர், தோல் வினைஞர். கள் வினைஞர். பாணர், கழைக்கூத்தர், தமிழ்க்கூத்தர்,

வெறியாடுவோன், தேவராளன்கூத்தர் ஆகியோரின் பெயர்களையும் திவாகரம் பட்டியலிடுகின்றது. இதனால் நமது எழுத்திலக்கியங்களில் பெருமளவு விலக்கப்பட்டோர் நிகண்டு நூல்களால் மதிக்கப் படுகின்றனர் என்பதை உணரலாம். ஏடாவும் 'ஏடியும். தோழியும் முன்னிலைப் பெயர்களாகின்றன. இவற்றோடு உடலுறுப்புகளின் பெயர்களும் பேசப்படுகின்றன. விலங்கினப் பெயர்த்தொகுதியில் விலங்குகளின் வகைகளுள் அவற்றின் இளமைப் பெயர்களும் தரப்படுகின்றன. ஆட்டின் பொதுப்பெயர்களைக் கூறிவிட்டு துருவாடு, வெள்ளாடு, வரையாடு என வகைமைப் பெயர்களையும் அடுக்கிச் சொல்லும் நிகண்டு நூல்களில் அடுத்ததாக குட்டிவகைப் பெயர்களையும் காணுகின்றோம். பறவைகளின் வகைகளைப் பேசிய பிறகு மயிலின் பெயரோடு மயில் பீலியன் பெயர், மயில் இறகு முடியின் பெயர், மயில் சிகைகளின் பெயர்களைக் கூறி மிக நுணுக்கமாக நத்தை, நண்டு, கரையான், புழு ஆகிய பெயர்களும் பட்டியலிடப்படுகின்றன. நாலாவது மரப்பெயர்த்தொகுதியில் 79 மரங்களின் பெயர்கள் பேசப்படுகின்றன. பூமாலையின் வகைகளாக மட்டும் 27 குறிக்கப்படுகின்றன. ஐந்தாவதான இடப்பெயர்த் தொகுதியில் ஊரைக் குறிக்க 27 பெயர்கள். அவற்றில் ஒரு நூற்பா, 'கல்வியூரி, கல்லூரியாகும். என்கிறது. ஆறாவதான பல்பொருள் பெயர்த்தொகுதியில் உலோகங்கள், மணிகள், அலங்காரப் பொருட்கள் பட்டியலிடப்படுகின்றன. சோறு என்பதனை உணர்த்த 24 சொற்களும், கள்ளுக்கு 48 சொற்களும் காட்டப்பட்டுள்ளன. தமிழர்கள் மதுவை ஒழுக்கக்கோட்பாடு சார்த்திக் காணவில்லை என்பதற்கு இது சான்றாகும். தமிழில் சிற்றுண்டி என்ற சொல் முதன்முதலாக இத்தொகுதியில்தான் காணப்படுகின்றது. பூரிகம் (பூரி) தோசை ஆகியவை அப்பவகை உணவுகளாகும் எனத் திவாகரம் கூறுவதும் சமகால இலக்கியங்களில் இச்சொற்கள் காணப்பட வில்லை என்பதும் சிந்திக்கத் தகுந்ததாகும்.

ஏழாவதான செயற்கை வடிவப் பெயர்த்தொகுதி ஆயுதங்களின் வடிவப்பெயர்களை முதலில் பேசுகின்றது கழுமரத்தின் பெயரைக் கழுமுள் என்று சொல்வதிலிருந்து இப்பொழுது வழிபடு பொருள்களாகத் தமிழ்நாட்டில் காணப்படும். கழுமரங்களின் வடிவத்தினை அறியமுடிகிறது. பின்னர் பெண்களின் அணிகலன்களைப் பேசிவிட்டு இசைக் கருவிகளின் உறுப்புகளின் பெயர்களையும் நுட்பமாக அறியத்

தருகின்றது. வீட்டில் பயன்படுத்தப்பெறும் பொருட்களான பாய், விளக்கு, நாழி, குடை, உரல் என்பவற்றோடு விளக்குமாறு, தலைச்சும்மாடு ஆகிய பெயர்களையும் இப்பகுதி பட்டியலிடுகின்றது. பண்பு பற்றிய பெயர்த்தொகுதி எட்டாவதாக கணிதவியல் அறிஞர்க்கும் அழகியல் குறித்துப் பேசுவோருக்கும் ஒரு அரிய கருவூலமாகும். ஐம்பொறிகளின் நுகர்வு பற்றிய கலைச்சொற்கள் இப்பகுதிகளில் நிறையவே இடம் பெற்றிருக்கின்றன. ஒன்பதாவதான செயல் பற்றிய பெயர்த்தொகுதி மனிதவுடலின் எல்லா அசைவுகளுக்குமான சொற்களைப் பட்டியலிடுகின்றது.

பத்தாவதாக அமைவது ஒலி பற்றிய பெயர்த்தொகுதி இதில் இசைத்துறைச் சார்ந்த கலைச்சொற்கள் நூற்றுக்கணக்கில் இடம் பெற்றுள்ளன. இத்தொகுதி எழுத்தில்லாத ஓசைப் பெயர்களையும் பட்டியலிட்டுக் காட்டுகின்றது என்பது குறிப்பிடத்தக்க செய்தியாகும். ஒரு சொல் பல்பொருள் பெயர்த்தொகுதி என்பது பதினொன்றாவது. இது தமிழ் மரபுக் கவிதையினைப் புரிந்து கொள்வதற்குத் துணை செய்வதாகும்.

இவ்வகையில் திவாகர நிகண்டு 9500 சொற்களைப் பதிவு செய்து வைத்துள்ளது. பிங்கல நிகண்டு 14700 சொற்களையும் சூடாமணி நிகண்டு 11,000 சொற்களையும் பதிவு செய்து வைத்துள்ளன. நிகண்டுகளின் பெருமையெல்லாம் அவை பெரும்பாலான தமிழ் எழுத்திலக்கியங்கள் போல மேலோர் மரபு மட்டும் சார்ந்தவையல்ல என்பதே. அவைதிக மரபுகளைத் தேடத் தொடங்கிய அயோத்திதாசர் பண்டிதருக்கு நிகண்டு நூல்களின் அருமை புரிந்தது. அதனால்தான் அவர் தம் ஆய்வுநூல்களில் அடிக்கடி மேற்கோள்காட்டுகிறார்.

கலகக்காரர்களும் எதிர்க்கலகக்காரர்களும், டி.தர்மராஜ்
(தொ.ஆ) கல்லாத்தி, திருநெல்வேலி.

5

கிரியாவின் (க்ரியா) அகராதி

கிரியா நிறுவனத்தினர் தற்காலத் தமிழ் அகராதி ஒன்று வெளியிட்டு உள்ளனர். 1016 பக்கங்கள், 16,000 சொற்கள், 23,000 விளக்கங்கள். தரமான தாள். நேர்த்தியான அச்சு, இத்தனைக்கும் பின்னால் நிற்கிற மனித உழைப்பு, கணிப்பொறிச் செலவு. அனைத்தையும் கணக்கிட்டால் 170 ரூபாய் விலை அதிகமில்லைதான், இந்தத் தயாரிப்புக்கு அமெரிக்க நாட்டு Ford Foundation நிறுவனம் நிதியுதவி வழங்கியிருக்கிறது. மைய அரசின் கல்வித்துறையும் மானியம் தந்துள்ளதாகத் தெரிகிறது.

25/01/92 தினமணி நாளிதழில் ஐராவதம் மகாதேவன் 'நினைந்து நினைந்து, நெகிழ்ந்து நெகிழ்ந்து, அன்பில் நனைந்து நனைந்து இதற்கொரு ஒரு விமரிசனம் எழுதியிருந்தார். மொத்தத்தில் 'பார்த்தவர்கள் பாராட்டுகிறார்கள்; பாராதவர்கள் பாராட்டத் துடிக்கிறார்கள்' என்கிற பாணியில் அது அமைந்திருந்தது. மகாதேவன் இந்த அகராதித்திட்ட ஆலோசனைக் குழுவில் ஒரு உறுப்பினரும் கூட வழக்கமாகப் புலவர்கள் தயாரிக்கும் அகராதி இல்லை இது. 'அறிஞர்கள்' தயாரித்திருக்கின்ற அகராதி வீரமாமுனிவர், வின்சுலோ முதலிய வெளிநாட்டுக்காரர்கள் தொடங்கி கதிரைவேற்பிள்ளை, க.நமச்சிவாயனார், பவானந்தம் பிள்ளை, மதுரைப் பேரகராதி வரையிலான அகராதிகளுக்கும் இந்த அகராதிக்கும் என்ன வித்தியாசம்? அவையெல்லாம் கற்காலம், இது தற்காலத் தமிழ் அகராதி. தற்காலம் எங்கிருந்து தொடங்குகிறது! 1956இல் தொடங்குகிறது.

"தமிழ் எதிர்கொண்ட தற்காலச் சவால்களால் பெரியபாதிப்புகள்" அந்த ஆண்டிலிருந்துதான் தொடங்குகின்றனவாம் அப்படியென்ன சவாலும் பாதிப்பும்

ஒருவேளை ஒரு கிலோமீட்டருக்கு ஒரு பள்ளிக்கூடம்' என்கிற கோட்பாட்டை முன்வைத்தார்களே அதைச் சொல்லுகிறார்களோ. 1956க்கு முன் தமிழுக்குச் சவால்களே இல்லையோ. தமிழில் 'வசனகாவியம் எழுதிய மாயூரம் வேதநாயகம்பிள்ளையும் 1870களில் தமிழை மருத்துவக் கல்லூரிப் பாடமொழியாக்க நூலெழுதிய சாமுவேல் ஃவிஸ்கிரீனும் மகாகவி பாரதியும், அறிவியல் நூலெழுதிய சேலம் பகடால் நரசிம்மலு நாயுடுவும் 17ஆம் நூற்றாண்டுத் 'தமிழ்விடு தூது' நூலாசிரியனும் 1926இல் இந்தி எதிர்ப்புக் கட்டுரை எழுதிய பெரியார் ஈ.வெ.ராவும் தமிழர்களை ரொம்பத்தான் ஏமாற்றியிருக்கிறார்கள்.

மணிக்கொடிக் காலத்திலிருந்தான் தமிழில் புதிய உரைநடை வீச்சுத் தோன்றிற்று" என்று தமிழில் ஒரு 'தேவ வசனம்' உண்டு (அருளியவர் சிட்டி). அதுகூட 1956க்கு முன்தானே.

'தற்கால பொது எழுத்துத் தமிழுக்கானது' என்று இந்த அகராதியின் எல்லை வரையறுக்கப்பட்டிருக்கிறது. அகராதி முழுவதையும் புரட்டிய பின்னர்தான் தெரியும் 'சுண்ணாம்பில் இருக்கிறது சூட்சுமம்' என்பது மாதிரி; 'தற்காலம்' எழுத்துத் தமிழ், என்ற இரண்டும் எல்லைகள் அல்ல, முகமூடிகள் என்று. எழுத்துத் தமிழ் என்றால் என்ன? வணிகரீதியான அல்லது சித்தாந்தரீதியான பத்திரிகை எழுத்தா? அல்லது அறிவு நூல் எழுத்தா? செய்திகள், கட்டுரைகள் ஆகியவற்றில் காணப்படும் எழுத்து மட்டும்தானா? புனைகதை எழுத்தும் சேருமா? என்றெல்லாம் யோசிக்க வேண்டியதில்லை. பெருவாரியான மக்களிடமிருந்து அந்நியப்பட்டு நிற்கிற, நகர்ப்புறம் சார்ந்த. தகவல் தொடர்புச் சாதனங்களில் ஆதிக்கம் செலுத்துகிற தமிழ் மட்டுமே இங்கு எழுத்துத்தமிழ் என்று கணக்கிடப்பட்டிருக்கிறது.

சொல் என்பது ஒலிகளின் திரட்சி மட்டுமன்று பொருளையும் செயலையும் வெளிக்காட்டும் ஒரு அடையாளம் என்று மட்டும் அதைக் கொள்ளலாகாது. மொழி பேசுகின்ற மக்கள் கூட்டத்தின் பொருள்களோடும் அதற்குத் தொடர்புண்டு மொழிக்கூட்டத்தின் பொருளும், பொருளுற்பத்தி முறையும் வகைமையும் மொழியின் சொல் தொகுதியில் வெளிப்படும். அதுபோலவே ஒரு சொல்லின் அழிவும் குறிப்பிட்ட பொருள் அல்லது கருத்தின் அழிவாகவே அமையும். ஒரு எடுத்துக்காட்டு சொல்லலாம். கடந்த முப்பது ஆண்டுகளில் நெல்லை, குமரி

மாவட்டங்களில் சுமார் 20 இலட்சம் மக்கள் புழங்கிய சொல் 'அக்கானி' (கூழ்ப்பதனீர்). இந்தப் பொருள் உற்பத்தி அழிந்தது, செய்முறை அழிந்தது; சொல்லும் அழிந்தது. வேறுவகையில் சொல்வதானால் ஒரு மொழி பேசும் மக்கள் கூட்டத்தில் சுயமான உற்பத்திமுறையும் சொல்லும் அழிக்கப்பட்டன. பன்முகப்பட்ட கருத்துக்களும் சொற்களும் அழிக்கப்படுகின்றன. எனவே ஒரு 'பொதுஎழுத்து மொழி என்பது பன்முகமான பண்புகளைக் குலைத்தும் அழித்தும் மேலெழுகிற ஆதிபத்தியம் ஆகும்.

மாறு என்ற தமிழ்ச்சொல் பெருக்கு, கூட்டு, விளக்கு என்ற முன் ஒட்டுக்களோடு வரும் சொல்லாகும். தென்மாவட்டங்களில் இதற்கு வாரியல் என்றும் பெயர். (ஈர்க்குப்) புல்மாறு.(தென்னை) ஈர்க்குமாறு, கொளுஞ்சிமாறு, பனங்கொளுஞ்சி மாறு, குறத்திமாறு, (மூங்கில்) குச்சிமாறு என்பன பலவகைப்பட்ட உற்பத்திப் பொருள்களாகும். இவை அனைத்தையும் மறைத்துவிட்டு நகர்ப்புறத்தில் ஒரு சிறுதொகையினர் மட்டும் பயன்படுத்தும் 'துடைப்பம், என்னும் சொல் மட்டும் அகராதியில் முன் நிறுத்தப்பட்டு உள்ளது. உண்மையில் எந்த வகை மாறும் துடைக்கின்ற பணியைச் செய்வது இல்லை. அவை பெருக்கும், கூட்டும், விளக்கும். துணியைப் போலத் துடைக்காது. இவையெல்லாம் அகராதி தயாரிப்புக் குழுவினருக்குத் தெரியாதா, தெரியும். இது *Neo Brahminism*த்தின் முகங்களில் ஒன்று.

அரசு அல்லது அதிகாரம் சார்ந்ததாகச் சொற்பொருள் தருவதி அகராதி தனிக்கவனம் செலுத்தியிருக்கிறது. எடுத்துக்காட்டாக அவைத்தலைவர் என்ற சொல் சட்டமன்ற மக்களவைத் தலைவரை மட்டுமே குறிப்பதாக அகராதி சொல்கிறது. சாதாரண கூட்டத்தின் தலைவர் அவைத்தலைவர் ஆகமாட்டாரா?சீர்மரபினர்/முன்னாள் குற்றப்பரம்பரையினர் என்ற வரலாற்றை இந்த அகராதி மறக்காமல் சொல்கிறது. அதுபோல் 'அரிஜனம்' என்ற சொல் இடம் பெற்றிருக்கிறது. இன்னும் எழுத்துத்தமிழுக்கு வராததால் 'தலித்' இடம் பெறவில்லை போலும், 'அவசரச்சட்டம்' இருக்கிறது. நெருக்கடிநிலை" (*Emergency*) இல்லை. 'ஒதுக்கீடு' என்ற சொல்லுக்கு '*Reservation*' என்ற பொருள் வேண்டுமென்றே தரப்படவில்லை. அரசாங்கம் தரும் 'அகவிலைப்படி இடம்

பெற்றுள்ளது. ஆனால் 'அகவிலை' (விலைவாசி உயர்வு) காணப்படவில்லை.

மக்களோடு இணைந்து அரசாங்கம் பயன்படுத்தும் சொற்களிலும், பல இந்த அகராதியில் விடுபட்டு இருக்கின்றன. அடைப்பான் கால்நடைகளுக்கு வரும் நோய்களில் ஒன்று. மக்களும் கால்நடைத்துறையும் அடிக்கடி பயன்படுத்தும் இந்தச் சொல்லுக்கு உண்டான இந்தப் பொருள் அகராதியில் கிடையாது. பெருவாரியான தமிழர்கள் அன்றாடம் புழங்கிவரும் எழுத்தில் இடம்பெற வேண்டிய சொற்கள் மறவாமல் இடம்பெற்றிருக்கின்றன. புராணிகர். புருஷார்த்தம், புரோகிதம், மந்திரம், மகிமை, மகானுபாவன், உபநயனம், உக்கிராணம், ஜானவாசம், ஜென்மம், சகதர்மிணி, ஸ்லோகம், ஆசாரியா, பரமாசாரியார், ஜகத்குரு, ஜபம், ஜன்மம், ஷொட்டு திராபை இவற்றோடு தண்டும் கமண்டலமும் படத்துடன் தரப்பட்டு தண்டின் கீழ் கமண்டலம் என்று எழுதப்பட்டுள்ளது. எனக்குத் தெரிந்த நாலைந்து தமிழாசிரியர்களிடம் 'திராபை'க்குப் பொருள் கேட்டேன். மலங்க மலங்க விழித்தார்கள். நல்லகாலம் இந்த அகராதி வந்தது, பிழைத்தேன்!

அகராதியிலே 'கர்ப்பிணி' உண்டு. 'சூலி'யோ 'நிறைசூலி'யோ கிடையாது. அசட்டுப்பிசட்டு, சாங்கோபாங்கம் என்ற ஒலிமடக்குச் சொற்கள் காணப்படுகின்றன. அரசல்புரசல், செங்கல் மங்கல் என்ற சொற்களைக் காணோம். 'தலைக்குதண்ணீர் விடுதல்' என்பது 'பூப்பு நீராட்டல்' என்பதே முதற்பொருள் *(First Meaning)*. அந்தச் சொல் தற்காலத்துக்கு ஒத்துவராத அநாகரிகம் என்பதனாலும் பெருவாரியான தமிழர்களிடம் அந்த வழக்கம் இல்லை என்பதனாலும் கைவிடப்பட்டுள்ளது.

எல்லா மத வழக்குகளும் அகராதியில் இடம்பெற்றுள்ளன. ஆனாலும் 'மசாலா' என்ற சொல்லுக்கு 'இசுலாமிய இலக்கிய வகை என்ற பொருள் காணப்படவில்லை. 'மரைக்காயர்' என்ற சொல் இலங்கைத் தமிழ் வழக்காகவும் 'பள்ளிவாசல் நிர்வாக உறுப்பினர் என்றும் பொருள் தரப்பட்டுள்ளன கீழக் கரையிலும், காயல்பட்டினத்திலும் நெல்லை மாவட்டத்தின் பிற பகுதிகளிலும் வாழும் இலட்சத்துக்கு மேற்பட்ட எண்ணிக்கையுடைய மரைக்காயர் முசுலிம்கள் அனைவரும் இலங்கை அகதிகளா? 'மாதா கோயில்' மரியன்னையின்

கோயில் என்று அகராதி கூறுகிறது. கத்தோலிக்க. கிறிஸ்தவர்களின் எல்லாக் கோயில்களையும் மாதா கோயில் என்றே தமிழர்கள் குறிப்பிடுகிறார்கள். மாதாவுக்கு அமைக்கப்பட்ட தனிக்கோயிலுக்கு 'கெபி' என்ற சொல்லைப் பயன்படுத்துகிறார்கள். 'துன்பம்' என்ற பொருளில் 'அவஸ்தை' என்ற சொல் தரப்பட்டுள்ளது. கத்தோலிக்க கிறித்தவர்களின் 'அவஸ்தை பூசுதல்' காணப்படவில்லை.

பிப்ரவரி 10லிருந்து 25 வரை ஏதோ வாசிக்கத் தெரிந்த நான் சந்தித்த சில சொற்கள் இந்த அகராதியில் இடம்பெறும் அளவிற்குத் தகுதி பெறாமல் போய்விட்டன. வாய்மடை, கண்ணாறு, எக்கரடித்தல், பன்னரிவாள், நோக்கால் (நுகக்கால்). ஓதுக்கல் (ஆண்டுத் திவசத்திற்கு முதல் நாள்), எழுதம், கவி(ழ்) தம், (வீட்டுச் தவளைக்கொத்து (வீட்டுக் கூரையில் தொட்டில் கட்டப் பயன்படும் இரும்புக் சுவர் உறுப்புக்கள்), அம்மாயி, சீயான் (தாத்தா),கொக்கி), தாய்விளக்கு, கூட்டு மாத்திரை, தவிதாயம், தொழி, கம்மனாட்டி. அகராதியில் சுமங்கலி இருப்பதனால் வா(ழ்) வரசி காணாமல் போனாள். உக்கிராணம் இருப்பதால் 'ஆக்குப்புறை' காணாமல் போய்விட்டது 'ஜகத்குரு இருப்பதனால் 'சாமியாடி'யும் 'ஆதாளி' திரளை' கொடுத்தலும், சூறை' கொடுத்தலும் தேவையில்லாமல் போய்விட்டன. 'எழுத்துத் தமிழ்' என்ற கவசம் எத்தனை குண்டுகளை வேண்டுமானாலும் தாங்கும் போல.

இது மட்டுமல்ல மரபுவழி உறவுமுறைச் சொற்கள், தொழில் சார்ந்த சொற்கள், நாட்டார் விஞ்ஞானம் சார்ந்த சொற்கள் ஏட்டிலும் இடம்பெற்ற பழமொழிகள் காட்டும் சொற்கள் ஆகியவை மொத்தமாகவே காணாமல் போயிருக்கின்றன. அகராதியில் 'ஆரியம்' உண்டு. 'ஆரியக்கூத்து' காணோம். அதுதான் அகராதியே இருக்கிற தென்று விட்டுவிட்டார்கள் போலும்!

'அரிச்சந்திரன்' என்ற சொல்லுக்கு முதற்பொருள் (புராணப்பாத்திரம்) காணோம். தமிழ்ச்சொல்லுக்கு ஆங்கிலப் பொருள் தரும் இடங்களிலும் மயக்கங்கள் ஏற்பட்டிருக்கின்றன. அடித்தல் திருத்தல் என்ற சொல்லுக்கு '*Corrections*' என்று மட்டும் பொருள் தரப்பட்டுள்ளது. இது *Scoring out and cor rections* என்று இருந்திருக்க வேண்டும். இரசிகர் என்ற சொல்லுக்குத் தமிழில் அரைப்பொருளும் ஆங்கிலத்தில்

குறைப்பொருளும் தரப்பட்டுள்ளது. இந்தச் சொல்லுக்குத் தமிழில் உள்ள கலைஞர், எழுத்தாளர் ஆகிய சொற்கள் ஆங்கில மொழி பெயர்ப்பில் காணப்படவில்லை. நஞ்சுக்கொடி என்பதற்கு *Placenta and Umbitical cord* என்பது பொருளாகும். *Placenta* மட்டும் தரப்பட்டுள்ளது.

ஆங்கிலச் சொற்கள் ஒலித்திரவு இன்றி அதே பொருளில் தமிழில் விளங்கும் போது அவற்றைத் 'தமிழர்கள் புழங்கும் ஆங்கிலச் சொற்கள்' என்று பட்டியலிடுவதே முறை, மாறுபட்ட பொருளில் விளங்கும் ஆங்கிலச் சொற்களை மட்டுமே *(Assault)* அகராதியில் சேர்ந்திருக்க வேண்டும். அப்படிச் சொற்களும் சேர்க்கப்பட்டிருக்கின்றபோது "மிகப்பரவலாகத் தமிழில் விளங்கும் ஆங்கிலச் சொற்கள் இந்த அகராதியில் இடம் பெறவில்லை. ஆங்கிலச் சொற்கள் தமிழில் நிலைத்திரா அல்லது ஆங்கிலச் சொற்களைத் தமிழ்ச் சொற்களாக ஏற்பது சரியில்லை என்ற கருத்துக்களின் அடிப்படையில் இந்த ஐராவதம் மகாதேவன் 25.01.92 தினமணி நாளிதழில் எழுதியிருப்பது யாரை ஏமாற்ற?

ஆறுகோடிப் பேர் பேசும் ஒரு மொழியில் 16,000 சொற்களை மட்டுமே அதுவும் கணிப்பொறி மூலம் தேர்ந்தெடுப்பது என்பது ஒரு வரலாற்றுப் பொய்மை. நாம் குறிப்பிடும் பெருவாரியான சொற்களை இவர்கள் கலைச்சொற்கள் என்று ஒதுக்கிவிடலாம். சொல்லுக்கும் கலைச்சொல்லுக்கும் இவர்கள் என்ன அளவுகோல் வைத்தார்கள்? வட்டார வழக்கினைக் காட்டும் சிறுகதை, நாவல், ஆகியவற்றை எந்த அளவுகோலைக் கொண்டு சேர்த்துக் கொண்டார்கள் அல்லது விட்டுவிட்டார்கள்? இவர்கள் தொகுப்புக்கு எடுத்துக்கொண்ட பத்திரிகைகள் தாம் எவை எவை? இவர்கள் பெயர் குறிப்பிடும் அறிஞர்கள் எல்லாம் இந்த அகராதி ஆக்கத்தில் 'முழுமையாகப் பங்கெடுக்க அனுமதிக்கப் பட்டார்களா? இதற்கெல்லாம் தெளிவான பதில் கிடையாது. இந்த அகராதி அறிஞர் குழுவில் இருந்த ஐராவதம் தன்னுடைய கட்டுரையில் வட்டார சமூக, மத வழக்குகளும் ஓரளவு பேச்சுத் தமிழும் இந்த அகராதியில் சேர்க்கப்பட்டுள்ளது' என்கின்றாரே தவிர வட்டாரம்? எந்த மதம்? எந்தச் சமூகம்? யாருடைய பேச்சு வழக்கு?

சுருக்கமாகச் சொன்னால், தற்காலம், எழுத்துத்தமிழ் என்னும் இரண்டு போர்வைகளில் தமிழன் கையைக்கொண்டே

தமிழன் கண்ணைக்குத்து அவலம் மீண்டும் ஒருமுறை வெற்றிகரமாக அரங்கேற்றியிருக்கின்றது. ஆனந்தவிகடன், தினமணி, சுஜாதா, ஐராவதம் மகாதேவன், அமெரிக்கன் கான்சலேட், ஆல் இண்டியா ரேடியோ, தூர்தர்சன் வெளிநாட்டுப் பிராமணர் ஆகியோருக்காவும் கிரியாவின் தற்காலத்திற்காகவும், அரைப்பார்ப்பனர்களாலும், புதிய பார்ப்பனர்களாலும் *(Neo Brahmins)* தயாரிக்கப்பட்டுள்ள அகராதி இது "சர் ஜனாஉற் சுகினோ பவந்து"

மேலும்

6

அறிவியல் தமிழ்: இருபதாம் நூற்றாண்டின் முதல் அறிவியல் தமிழ் நூல்

அறிவியல் தமிழ் இன்று பரவலாகப் பேசப்படும் துறைகளில் ஒன்று. தன்னுடைய மொழியில் அறிவியல் கற்பிக்கப்படாதபோது சமூகத்தின் அறிவு வளர்ச்சி தடைப்படுகிறது. சமூகநீதி மறுக்கப்படுகிறது, என்ற எண்ணம் அறிஞர்களிடையே வளர்ந்துவரும் காலம் இது. அறிவியல் தமிழாக்க முயற்சிகளில் கலைக்கதிர் இதழ், தினமணி நாளிதழ், தமிழ்ப் பல்கலைக் கழகம் ஆகிய நிறுவனங்கள் முனைந்து ஆண்டுக்காலம் பணிசெய்தார். இன்று வா.செ. குழந்தைசாமி போன்ற அறிவியல் அறிஞர்களும், டாக்டர். இராம. சுந்தரம், இராதாசெல்லப்பன், முதலிய பேராசிரியர்களும் இத்துறையில் உழைத்து வருகின்றனர். தமிழகத்தின் சில கல்லூரிகளில் இன்று அறிவியல் தமிழ், பாடத்தாள்களில் ஒன்றாகவும் வைக்கப்பட்டுள்ளது. ஆயினும், இந்த எல்லையைத் தமிழர்கள் தொடுவதற்குக்கூட 150 ஆண்டுகள் ஆகியிருக்கின்றன என்பதுதான் வரலாற்று உண்மை. 1832இல் நெல்லை மாவட்ட சி.எஸ்.ஐ. திருச்சபைப் போதகர் இரேனியஸ் (*Rhenius*) அடிகளார் எழுதிய பூமி சாஸ்திரம் என்னும் நூலோடு அறிவியல் தமிழின் வரலாறு தொடங்குகிறது. 1850க்கும் 1880க்கும் இடையே மருத்துவர் சாமுவேல் கிரீன் என்ற அமெரிக்கர், மருத்துவக் கல்லூரிகளிலும், தமிழ்ப் பயிற்றுமொழி ஆகவேண்டும் என்ற நோக்கத்தோடு மருத்துவ நூல்கள் சிலவற்றைத் தமிழில் மொழி பெயர்த்து ஆக்கினார். உடற்கூறு, இயல், மகப்பேறு மருத்துவம், வேதியல் ஆகிய துறைகளில் அவரது தன்னாக்க மொழியாக்க நூல் முயற்சிகள் குறிப்பிடத்தகுந்தவை. “பிறநாட்டு நல்லறிஞர் சாத்திரங்கள் தமிழ்மொழியில் பெயர்த்தல் வேண்டும்” என்ற

பாரதியின் கவிதை பிறப்பதற்குமுன் பிறந்த நூல்கள் இவை. இன்றைக்கு 142 ஆண்டுகளுக்கு முன், ஆங்கில மருத்துவத்தை 33 பேருக்குத் தமிழில் கற்பித்து, டாக்டர் கிரீன் புரிந்து அறிவியல் தமிழ்ச் சாதனையை, நன்றியுடன் குறிப்பிடுகிறார் இராதா, செல்லப்பன்.

இவ்வகையான முன்முயற்சிகளும், தமிழ்ப் பத்திரிக்கைகளின் வளர்ச்சியும், உள்நாட்ட அறிஞர்களையும் 1880 ஆம் ஆண்டிற்குப் பின் அறிவியல் தமிழில் எழுதச் செய்தன. அந்தவகை முயற்சியாளர்களின் சிலருடைய பெயர்கள் மட்டுமே தாய் நாட்டினரால் அறியப்பட்டுள்ளன. அறிவியல் தமிழ் முயற்சியில் அறியப்படாத பெயர்களில் ஒன்று சேலம் பகடால நரசிம்மலு நாயுடு.

சேலம் பகடால நரசிம்மலு நாயுடு தமிழில் புத்தகம் வாசிக்கும் பழக்கம் உள்ளவர்களுக்கு மட்டுமே தெரிந்த பெயர். அதுவும் காங்கிரஸ் கட்சியின் வரலாற்றை முதன் முதலில் எழுதியவர் என்னும் அளவிலேதான். சேலத்தைச் சேர்ந்த இவர் 1881-இல் கோயம்புத்தூருக்குக் குடிபெயர்ந்திருக்கிறார். அங்கிருந்து கொண்டு ஆஸ்திகமத சித்தாந்தம், ஆரியர் சத்தியவேதம், காசி யாத்திரை ஆகிய நூல்களை எழுதி இருக்கிறார். கோவையிலிருந்தே 'கலாநிதி' என்ற பத்திரிக்கையையும் சிலகாலம் நடத்தி இருக்கிறார்.

1900-வது ஆண்டு ஜனவரி மாதம் 1ஆம் நாள் இவர் எழுதி வெளியிட்ட நூலின் பெயர் 'விவசாயம் அல்லது கிருஷி சாஸ்திரசாரசங்கிரகம் 20ஆம் நூற்றாண்டின் முதல்நாளில் பழந்தமிழ் மொழிக்குப் புதியதாய் பொழுது விடிந்தது. அறிவியல் தமிழின் வரலாற்றில் குறிப்பிட்டுச் சொல்ல வேண்டிய நூல் இது ஐந்து பக்கங்களில் வாழ்த்து, ஏழு பக்கங்களில் முகவுரை, நூன்முகம் 26 பக்கம்,138 பக்கங்கள் நூல். இந்த அரிய தமிழ் நூலுக்கு அக்காலத்தில் சென்னையிலிருந்த விவசாய அறிஞர் டாக்டர் எஸ். பழனியாண்டி என்பவர், ஆங்கிலத்தில் ஒரு பக்க அளவில் வாழ்த்துரை வழங்கியிருக்கிறார். 138 பக்கங்களை உடைய இந்த நூலில் 10 அத்தியாயங்கள் உள்ளன.

1. மண்ணின் உற்பத்தி, வகுப்புகள், குணங்கள்
2. மண்ணில் இருக்கவேண்டிய எருவின் விபரங்கள்.
3. விவசாயத்துக்கு இன்றியமையாத தண்ணீரின் குணங்கள்

4. பூமியைப் பண்படுத்தும் வகை

5. பண்படுத்துவதற்கேற்ற கருவிகள்

6. பண்படுத்துவதற்கேற்ற கால்நடைகள்

7. அக்கால்நடைகளைப் பாதுகாக்கும் முறைகள்,

8. நமது இராஜதானியில் விளையும் பயிர் வகைகள்.

9. அவைகளை விளைவிக்கும் காலம்,

10. அவைகளின் 'விளைவிப்பைப் பற்றிப் பெரியோர் சொல்லியிருக்கும் பழமொழிகள்.

இத்துடன் பயிர்தொழில் செய்வோர், நிலம்,பயிர், இவைகுறித்த புள்ளிவிவரங்களோடு கூடிய அட்டவணைகள், ஆராய்ச்சி நெறி முறைகள் (Methodology) குறித்த அரட்டல்களோ, அலட்டல்களோ இல்லாத காலத்தில் (1900) இந்நூல் ஆராய்ச்சி நெறிமுறைகளோடு கூடிய அறிவியல் நூலாக எழுதப்பட்டது.

கோவை பாஷ்யகாரலு நாயுடு என்பவரும் அக்காலத்தில் வேளாண்மைத்துறையில் பணிபுரிந்த ராஜகோபால நாயுடு என்பவரும் தனது நூல் முயற்சிக்கு உதவியர்கள் என்றுகுறிப்பிடும் நாயுடு, அப்போது கோவை மாவட்ட ஆட்சித் தலைவராக இருந்த. நிகில்சன் துரையே தன்னை 'பட்டிக்காட்டுத் தமிழில் இந்த நூலை எழுதும்படி வழிகாட்டியதாக நன்றியுடன் குறிப்பிடுகிறார்.

1900 வரையான சென்னை அரசாங்கத்தின் வேளாண் துறையினுடைய (30) வெளியீடுகளையும், அமெரிக்க அரசாங்கத்தின் 60 வெளியீடுகளையும், இவை தவிர உட்ரோப் ராபின்சன் (Woodrof Robinson) ஆகியோர் ஆங்கிலத்தில் அக்காலத்தில் எழுதிய விவசாய நூல்களையும் இந்நூலாசிரியர் படித்து எடுத்து ஆண்டிருக்கிறார். பிற நாடுகளில் வாழ் இந்தியர்கள் அங்குள்ள வேளாண் அறிவியல் குறித்து எழுதிய கடிதங்களை மேற்கோள் காட்டியிருக்கிறார் எல்லாவற்றிற்கும் மேலாகத் தானே கோவைக்கு அருகில் 3500 ரூபாய் கொடுத்து நிலம் வாங்கி அதில் பல சோதனைகளை நிகழ்த்திப் பார்த்து இருக்கிறார் இக்காலத்துப் பல்கலைக்கழக ஆராய்ச்சியாளர்கள் ஆராய்ச்சிக்கான நேர்மையையும், உழைப்பையும் நாயுடுவின் புத்தகத்தைப் படித்துப்பார்த்தே தெரிந்து கொள்ளலாம்.

நாயுடுவின் கலைச்சொல்லாக்க முயற்சிகளும் அதற்கு அவர் வகுத்துக் கொண்ட நெறிமுறைகளும்தான் இன்றளவும் இந்நூலின் உயிர்ப்புக்குக் காரணமாக அமைகின்றன. நாயுடுவுக்கு முந்திய இத்துறையாளர்களில் சாமுவேல் கிரீன், கலைச்சொல்லாக்க முயற்சிகளைச் செய்தார் என்றும், *(i) Ma-teria Medica and Pharmacy (ii) Midwifery. (iii) Diseases of Women and children (iv) Medical Jurisprudence* ஆகிய தலைப்புகளில் அவர் வெளியிட்டார் என்றும் இராதா செல்லப்பன் கூறுகின்றார். நாயுடு இதனைக் குறித்து ஏதும் அறிந்திருந்ததாகத் தெரியவில்லை. பின்னர் 1985இல் தான் கலைச்சொல்லாக்க நெறிமுறைகளை விரிவாகப் பேசும் டாக்டர். இராதா செல்லப்பனின் 'கலைச்சொல்லாக்கம் டாக்டர். வா. செ.குழந்தைசாமியின் 'அறிவியல் தமிழ் ஆகிய நூல்கள் வெளிவருகின்றன. இந்த வரலாற்றுப் பின்னணியை மனத்திலே கொண்டு நாயுடுவின் முயற்சியை மதிப்பிட வேண்டும்.

ஆங்கில மொழியில் அமைந்த அறிவியல் கலைச் சொற்களைத் தமிழாக்குவதற்கு, நாயுடு எடுத்துக்கொண்ட முயற்சிகளைக் கீழ்க்காணுமாறு பகுத்துப் பார்க்கலாம்.

1. தமிழில் வழக்கு மரபிலுள்ள சொல்லைப் பயன்படுத்துதல்

   Loamy Soil - பசலை மண்

   Cotton Soil - கரிசல் பூமி

   Gravel - சரளை மண்

   Riderpost - கோமாரி, அலரி, காற்று நோவு

2. வழக்கு மரபிலுள்ள இரண்டு சொற்களைக் கூட்டி ஒரு சொல்லாக்குதல்

   Black Alluvial Soil - கரிசல் படுகை நிலம்

   Black Peaty Soil - கருங்கற்றை நிலம்

3. ஆங்கிலச் சொற்களுக்கு இணையான தமிழ்ச் சொற்களை பொருள் வேறுபடுத்திப் பயன்படுத்துதல்

   Manure - எரு

   Fertiliser - உரம்

4. தானே புதிய சொற்களை ஆக்குதல்

Hydrogen - ஜலமூலம், ஜலவாயு, ஜலதம்

Nitrogen - நிர்ஜீவமூலம் அல்லது குருசரகம்

Carbon - கரிஅணு, கரிமூலம் இங்காலம்

Phosphorus - பிரகாசிதம் அல்லது காடிகாரமூலம்

Chlorine - இலவணமூலம் அல்லது உறரிதம்

Potash - காரமூலம் அல்லது சாம்பற்காரம் அல்லது சர்ஜிதம்

5. ஆங்கிலச் சொல்லை தமிழ்மைப்படுத்துதல்

Manganese - மாங்கனிஸ் அல்லது காந்தப்போலி

Kentaky Blue Grass - கென்டசி நீலப்புல்

6. ஆங்கிலச் சொற்களை அப்படியே பயன்படுத்துதல்

Iodine - ஐயோடைன்

நாயுடுவின் நூலில் குறிப்பிட்டுச் சொல்லவேண்டிய மற்றொரு கூறு அந்நூலின் எளிமையான நடையாகும். பெறுபவனை மனத்தில் கொண்டு கருத்துக்கு முதலிடம் தருகின்றார்; அதனால் எளிய சொல்லாட்சியும் சிறிய தொடர்களும் இயல்பாகப் பிறக்கின்றன. ஒப்பனையில்லாத மொழிநடை நூலாசிரியரின் நோக்கத்தை நிறைவேற்றி விடுகின்றன.

(எ.டு) மாங்கனிசை அல்லது காந்தப்போலி

"இது மண்ணிலும் சாம்பலிலும் இருக்கிறது. இதனை திட்பம் பிராணவாயு, குளோரைன் என்னும் இரண்டு வாயுக்களை உண்டாக்குவதற்கு உபயோகப்படுகிறது. இது சுத்தமாகவிருந்தால் எஃகைப்போல வெருத்திருக்கும் காற்றிலிருக்கும் ஜீவமூலத்தை இது நிதானமாகக் கிரஹித்துக் கொள்ளும். இதற்கு ஜலத்தைப்பிரிக்கும் தன்மையுண்டு."

இன்றைய அறிவியல் அறிஞர்களின் சிந்தனைக்குரிய ஒரு பெரிய பணியினையும் நாயுடு செய்திருக்கிறார். வேளாண் அறிவியல் போன்ற உலகின் பழைய துறைகளில் மரபுவழியாகப் பெற்ற தொழில்நுட்ப அறிவினையும் நாம் பயன்படுத்த வேண்டும் என்பது அவர் கருத்து. தோராய விஞ்ஞானம் *(Empirical Sciences)*

எனப்படும். உயிரியல், பயிரியல் துறைகளில் இந்த முயற்சிகளை நம் நாட்டில் அறிவியல் கற்பிக்கும் பேராசிரியர்கள் இன்றுவரை மதிப்பதே இல்லை. ஏனென்றால் நாயுடு எழுத்தாளராக மட்டுமல்லாமல் விவசாயியாகவும் தனது நிலத்தில் பல சோதனைகளைச் செய்து பார்த்திருக்கிறார். அதிக எழுத்தறிவு பெறாத சமூகத்தின் தொழில்நுட்ப அறிவானது, அந்தச் சமூகத்தின் வழக்குத் தொடர்கள், பாடல்கள், பழமொழிகள் இவற்றிலேதான் பொதிந்து கிடக்கும். அவ்வகையில் நாயுடு வேளாண்மை தொடர்பான 680 பழமொழி களையும் சொல்லடைகளையும் தன் நூலின் இறுதி அத்தியாயமாகத் தொகுத்துத் தந்திருக்கிறார். இப்படி மொழிகளும் தொழிலின் பெருமை, தொழிலாளியின் உழைப்பு,நிலம், வேலியடைப்பு, பருவகாலம், மழை, உரம், நீர்பாய்ச்சல், களையெடுப்பு, விதை, பயிர், பயிர்விதைகள் (எள், பருத்தி, கரும்பு, வாழை, தென்னை) கால்நடைகள் என்ற வகையில் வகுத்துத் தரப்பட்டுள்ளது. இது மரபுவழித் தொழில்நுட்பத்திற்கும் புதிய விஞ்ஞான அறிவுக்குமான இடைவெளியைப் பாலம் கட்டி நிரப்பும் உன்னதமான முயற்சியாகும்.

இன்றைய அறிவியல் தமிழ் முயற்சியாளர்களால் நினைக்கப்பட வேண்டிய நூல், சேலம் பகடால நரசிம்மலு நாயுடு அவர்களின் விவசாயம் அல்லது கிருஷி சாஸ்திரசாரசங்கிரகம்.

~

7

சிறுகதை நவீன மனிதனின் குரலாகக் கேட்கிறது

சோ. சிவபாதசுந்தரம், 'கௌதம புத்தர் அடிச்சுவட்டில் என்னும் தன்னுடைய பயணநூல் வாயிலாகத் தமிழ் வாசகர்களால் அறியப் பட்டவர். அவ்வப்போது தமிழ் இதழ்களில் கட்டுரைகள் எழுதி வந்த சிட்டி (பெ. கோ சுந்தரராஜன்) தி. ஜானகிராமனுடன் இணைந்து 'நடந்தாய் வாழி காவேரி' என்னும் பயணநூலை எழுதியவரும் ஆவார் சிட்டியும் சிவபாதசுந்தரமும் இணைந்து 1977இல், "தமிழ் நாவல் நூறாண்டு வரலாறும் வளர்ச்சியும்" என்றொரு நூலை எழுதி வெளியிட்டவர்கள். இப்போது தமிழ்ச் சிறுகதைகளையும் 'அளந்து' அறிந்து எழுதியுள்ளனர்.

தமிழ்ப் படைப்பிலக்கியத் துறைக்கும் தமிழ்க்கல்வித் துறைக்கும் ஆன இடைவெளி தமிழ்நாட்டில் 20ஆம் நூற்றாண்டின் தொடக்கம் முதல் பெரிதாகிக்கொண்டே வந்தது.(பாரதி கூட தமிழாசிரியர் வேலையை மூன்றுமாதக் காலத்தில் உதறிஎறிந்துவிட்டு வெளியிலே வந்தபின் 'அன்மொழித்தொகை சோறு போடாது; நெல்லுதான் சோறு போடும்' என்று தமிழாசிரியர்களுக்கு வழிகாட்ட முயன்றான்.) இந்த இடைவெளியை இட்டுநிரப்பப் பேராசிரியர்கள் சிலர் முயன்றனர். மதுரைப் பல்கலைக்கழகத்தில் பேராசிரியராக இருந்த முத்துச்சண்முகம் பிள்ளை இந்த இருவரையும் அழைத்து 1976இல் தமிழ் நாவல் குறித்தும், 1978இல் தமிழ்ச் சிறுகதை குறித்தும் பல்கலைக்கழகத்தில் உரையாற்ற வைத்துள்ளார். எனவே இந்த நூலில் நூலாசிரியர் இருவரும் 'பல்கலைக்கழக அங்கீகார முத்திரையை' அழுத்தமாகவே பதித்துள்ளனர். தமிழ்ச் சிறுகதையின் வரலாற்றை. 1850 தொடங்கி வ.வே.

சு.ஐயர்வரை, அடுத்து 1945 (புதுமைப்பித்தன்) வரை, அடுத்து 1960 வரை, அதன் பின்னர் என்று நான்கு காலகட்டமாக இவர்கள் பகுத்திருக்கின்றனர். 1989இல் வெளியிடப்பட்ட நூலில் 1978 வரை மட்டுமே வெளிவந்த சிறுகதைகளைப் பற்றிப் பேசுவது பின்வந்தவற்றைப் பேசமறுக்கும் 'பெரிய மனுஷத்தனமாக இருக்கலாம், விமர்சனம் ஆகாது. நூலாசிரியர்களின் பின்னிரண்டு காலப்பகுப்புகளும் நாட்டு விடுதலைக்குப்பின் எழுந்த புதிய சூழ்நிலைகளில் பிறந்தவை. இந்தப் பகுப்புமுறைகளுக்கான நியாயங்கள் நூலாசிரியர்களால் சரிவரக் காட்டப்படவில்லை.

சிறுகதை என்பது புதிய தொழில் வளர்ச்சி காரணமாக விளைந்த சூழ்நிலைகளில் பிறந்த இலக்கிய வடிவமாகும். இந்தச் சூழ்நிலையில் சமூகத்தில் எழும் புதிய அலைகளினால் புரட்டி எடுக்கப்படும் மனிதன், தான் இழந்ததையும் பெற்றதையும் சிந்திக்கிறான். பழைய சங்கிலிகள் இற்றுப்போக புதிய தளைகள் அவன் கால்களைச் சுற்றுகின்றன. எனவே சிறுகதை என்பது நவீன மனிதனின் குரலாகக் கேட்கிறது. எனவே இந்த வடிவத்தில் சலனம், அதிர்ச்சி, ஏமாற்றம். நம்பிக்கை, எதிர்ப்புணர்வு என எல்லாம் கலந்து நிற்கின்றன. எந்த நிலையிலும் அவன் உலக வாழ்க்கையை மறுதலிக்க முடியாதவனே. மண்ணுலக வாழ்க்கையிலிருந்து அவனால் பிரிந்து நிற்க இயலாது. எனவே தான் "வாழ்க்கையின் குறுக்குவெட்டுத் தோற்றம் ஒன்றைக் கலைநயமும் சொல்அழகும் கொண்டதாகச் சித்தரித்தால் அதுவே சிறந்த சிறுகதையாகிறது" என்கிறார் ராஜம் கிருஷ்ணன்.

ஆயினும் இந்த நூலாசிரியர்களின் இலக்கியக் கொள்கை வித்தியாசமானது; அதிலே அவர்கள் 'மிகச் சரியாகவே நின்றிருக்கிறார்கள். எனவே நூலில் திரும்பத் திரும்பப் பேசப்படுவதெல்லாம் சிறுகதையின் வடிவம்தான் 'வடிவ அமைப்புள்ள', 'வடிவ உணர்வுடன், 'சிறப்பான வடிவத்தில்' ஆகிய சொற்றொடர்கள் இந்த நூல் முழுதும் விரவிக் கிடக்கின்றன. ஒரு படைப்பின் வடிவம் என்பது அதன் உள்ளார்ந்த தன்மையில் கால் கொண்டிருக்கிறது உள்ளடக்கத்தின் செம்மை வடிவத்தில் விளங்கி நிற்கிறது ராஜம் கிருஷ்ணனின் கருத்திலே வெளிப்படுவதுபோல ஒரு மரத்தின் குறுக்குவெட்டுத் தோற்றம் அதன் உள்ளார்ந்த தன்மையானது வேதியியல் உயிரியல் மாற்றங்களை

உள்வாங்கிக் கொண்ட முறையினை வெளிப்படுத்துகிறது. அந்த அனுபவமும் புறச்சூழ்நிலைகளும் கூடி வினைப்பட்டு அது ஒரு வடிவத்தினைப் பெறுகிறது. நிச்சயமாக அந்த வடிவம் மூளியாக நிற்பதில்லை. சதுரமாகவோ செவ்வகமாகவோ வக்கிரப்படுவதும் இல்லை. உள்ளடக்கத்தின் தன்மைக்கும் வடிவத்திற்குமான இந்த உறவை நூலாசிரியர்கள் மிகச் சௌகரியமான முறையில் மறந்துபோய் விட்டார்கள். எனவே நூல் முழுவதும் 'வடிவழகிய புராணமாகத் தோற்றமளிப்பது தவிர்க்க முடியாததாகி விடுகிறது ★சிறுகதையின் இலக்கியத்தரம் வடிவ முழுமையைச் சார்ந்திருப்பதால், அண்ணாதுரையின் படைப்புகள் ஆழ்ந்த மதிப்பீட்டுக்குத் தகுதியானவை" என்று முத்தாய்ப்பு வைக்கும் இடத்தில் நூலாசிரியர்களின் இலக்கியக் கோட்பாடு வாசகர்களுக்குத் தெளிவாகிவிடுகிறது. இந்த வகையான கோட்பாடு காரணமாகவே இவ்வரலாற்று விமர்சன நூல் பல 'விபத்துக்களைச் சந்தித்து ஒரு தகவல் களஞ்சியமாக மாறியிருக்கிறது.

நூலாசிரியர்களின் 'முதிர்ச்சி' காரணமாக இந்தத் தகவல் களஞ்சியமும் முழுமையடையவில்லை. 368 பக்கங்களில் அமைந்த இந்த நூலில் 'தூரன்' என்ற பெயர் எப்படி விடுபட்டுப் போக முடியும்? மாலன், பாலகுமாரன், பிரபஞ்சன் சுப்பிரமணிய ராஜு ஆகியோர்களின் பெயர்கள் குறிப்பிடப்படும் பொழுது இந்தப் பட்டியலில் 'பூமணியின் பெயர் இல்லாமல் போனது எப்படி? இத்தனைக்கும் எழுபதுகளில் மாலன், செயப்பிரகாசம், சுப்பிரமணிய ராஜு ஆகியோரின் கதைகள் வெளிவந்த அதே கண்ணதாசன் இதழ்களில் பூமணியின் சிறுகதைகளும் வெளிவந்தனவே. வேலையில்லாத இளைஞர்களின் மனநிலையைச் சித்தரிக்கும் கதைகளை எழுதியதாக 'வண்ணநிலவன்' பிரபஞ்சன், வீர வேலுசாமி மூவரும்' என்று குறிப்பிட்டுவிட்டுப் போகிறது. வேலையில்லாத இளைஞனின் சிந்தனைப்போக்கை விளக்கும் "கிழிசல்' கதை மாணவர்களின் பாடப்புத்தகத்தில் இடம்பெற்ற பிறகும்கூட, இந்த வரலாற்றுப் புத்தகத்தில் இடம்பெறாமல் போனது, இந்த நூலின் வரலாற்றுத்தன்மையைக் கேள்விக் குறியாக்குகிறது.

மற்றுமொரு செய்தி, தனிநபர்களின் பெயர்கள் விடுபட்டுப் போனதற்கான சமாதானம் செல்லுபடியாகாத

மற்றுமொரு இடமும் இந்த நூலில் உண்டு. தமிழ்ச்சிறுகதை 'மணிக்கொடி'யைவிட அழுத்தமாக நினைக்கப்பட வேண்டிய மற்றுமொரு பத்திரிகை தாமரை ஆகும். நூலாசிரியர்களின் அங்காந்த பார்வைக்கரிய பெருமையான பல்கலைக்கழக ஆய்வுப் பெருமையும் தாமரை இதழுக்கு நிறையவே உண்டு. எழுபதுகளில் கவனத்தைக் கவர்ந்த இளம் எழுத்தாளர்கள் பலருக்குப் பயிற்சிக்களமாகத் தாமரை அமைந்தது என்பது தமிழ்ச்சிறுகதை வரலாற்றில் மறைக்க முடியாத உண்மையாகும். கால் நூற்றாண்டுக் காலமாகத் தமிழ்ச் சிறுகதைக்குப் பணியாற்றிய தாமரையைப் பற்றி ஒருசொல்கூட இந்த நூலில் இல்லை என்பது வியப்புக்குரிய செய்தியில்லை. ஏனென்றால் தாமரைக்குப் 'புருஷ பார்வை' தான் உண்டே தவிர 'அரசபார்வை' கிடையாது.

தமிழ்ச் சிறுகதையின் வரலாற்றைப் பற்றி அவ்வப்போது எழுத வந்த எல்லோருக்கும் 'மணிக்கொடி' பற்றிய ஒரு மயக்கமே உண்டு. 'மணிக்கொடியின் பல்வேறு கட்டங்களில் எழுதியவர்கள் யாவரையும் ஒன்றுசேர வைத்துப் பார்த்தல் கூடாது. மணிக்கொடிக் காலத்தில் எழுத ஆரம்பித்து, அதற்கு வெகுகாலத்திற்குப் பின்னரே சிறுகதையின் வளர்ச்சிக்கு உதவும் வகையில் எழுதும் முதிர்ச்சி பெற்றோர் பலர் இருக்கின்றனர்" என்று கூறுவார் சிவத்தம்பி. நூலாசிரியர்கள் இருவருக்கும் பிற்காலத்திய மணிக்கொடியோடு சிறிது தொடர்பு இருந்திருக்கிறது. அந்தத் தொடர்புதந்த மயக்கம் இந்த நூலுக்குள்ளும் மணிக்கொடி புராணத்தை அரங்கேற்றியிருக்கிறது.

தனித்தனியாகச் சிறுகதை எழுத்தாளர்களின் படைப்பாற்றல் குறித்து, இந்த நூலாசிரியர்களின் கருத்தைத் தொகுத்துப் பார்ப்பது, நூலாசிரியர்களின் முகங்களை விளங்கிக்கொள்ள நமக்குதவும். பா. செயப்பிரகாசத்தின் காடு, கிராமத்து இராத்திரிகள், இரவுகள் உடையும் ஆகிய சிறுகதைத் தொகுதிகள் நூலாசிரியர்களின் பார்வைபெறும் புண்ணியத்தோடு பிறக்கவில்லை. 'ஒரு ஜெருசலேம்" தொகுதியிலுள்ள 'அம்பலக்காரர் வீடு' என்ற கதையை மட்டும் எடுத்துக்காட்டி விட்டு நூலாசிரியர்கள் எழுதுகின்றனர்.

"இந்தக் கதையின் அமைப்பு நல்லவடிவ உணர்வுடன் காணப்படுகிறது. செயப்பிரகாசத்தின் பல கதைகள் 'ஒரு ஜெருசலேம்' என்ற தொகுதியில் காணப்படுகின்றன.

இப்படி ஒரு வரலாற்று விமரிசன நூலைப் பெறுவதற்குத் தமிழிலக்கிய உலகம் தவம்செய்திருக்க வேண்டும்.

சுந்தரராமசாமியின் தொடக்ககாலச் சிறுகதைகள் பற்றி நூலாசிரியர்களின் மதிப்பீடு இது;

"முற்போக்கு அணியில் கண்ட சமுதாய நோக்கில் இரண்டொரு கதைகளை எழுதியபின் கவிதைகளும் சில கட்டுரைகளும்தான் அப்போது அவருக்குப் பழக்கமான இதழ்களில் எழுதிவந்தார்."

மேற்குறித்த வரிகளிலே தெறிக்கிற அலட்சிய மனோபாவம், சராசரித் தமிழ் வாசகனின் மீதுள்ள நூலாசிரியர்களின் அபிப்பிராயம் ஆகும்.

புதுமைப்பித்தனின் சிறுகதை மேதைமையை இவர்கள் தவிர்க்க முடியாமல் ஒத்துக்கொண்டாலும் *(ப. 121)* புதுமைப்பித்தன் சிருஷ்டிகளில் வடிவ வகைகள், உத்தி வேறுபாடு, தத்துவச் செறிவு, உணர்ச்சிச் சாயல்கள், பொருட்செழுமை, சிந்தனைப்போக்கு, சொல்லாட்சி, கலைநோக்கு, பற்றின்மை முதலிய அம்சங்கள் தற்காலத் தமிழிலக்கியத்தில் வேறொருவரும் துணிந்து கையாளாது வகையில் விரவிக் கிடப்பதைக் காணலாம். *(ப. 120)* என்பதுதான் இவர்களுடைய ஒட்டுமொத்த மதிப்பீடாகும்.

'சாப விமோசனம்' கதையில் எல்லோரையும் போல அகலிகையின் கற்பை விவாதப் பொருளாக்காமல், இராமனின் சாப விமோசனம் கொடுக்கும் தகுதியையே கேள்விக்குறியாக்கியிருக்கிறார். புதுமைப்பித்தன். இந்தக் கதையைப் படித்துவிட்டு புராணக் கதைகளைத் தம் விருப்பப்படி மாற்றக்கூடாது என்ற 'நீதி'யை வலியுறுத்தக் கலைமகளில் 'அகலிகை கதை என்ற சிறுகதையை இராஜாஜி எழுதினார் என்பது நூலாசிரியர் தரும் புதிய செய்தியாகும். டெல்லிப் பல்கலைக்கழக ஆராய்ச்சியாளர் ஒருவர் துணையோடு புதுமைப்பித்தன் இலக்கியத் திருட்டு *(Plagiarism)* நடத்தினார் என்பதையும் நூலாசிரியர்கள் தெளிவாக நிறுவியிருக்கிறார்கள் தொ.மு.சி.இரகுநாதன் எழுதிய 'புதுமைப்பித்தன் வரலாற்றில்' இலக்கியத் திருட்டுப் பற்றித் தமிழர்களுக்குப் புதுமைப்பித்தனே முதலில் எடுத்துக் கூறினார் என்ற செய்திக்கு இவர்கள் மறைமுகமாக மறுப்புரையை வழங்குகிறார்கள் என்பதும்

எதையோ செரிக்க இயலாமல் திணறும் இவர்களின் முகமும் நுணுகிப் படிப்பவர்களுக்குப் புரியும்.

கடைசியாக இராஜாஜியின் சிறுகதைகள் பற்றிச் சிறப்புச் சொற்பொழிவாற்றிய தலைசிறந்த திறனாய்வாளரான கைலாசபதி 'கலையழகு குன்றியவை' என்று குறிப்பிட்டதை எடுத்துக்காட்டி "படைப்பிலக்கியத்தில் கலையம்சம் முக்கியமானதென்பதைக் காலகதியில் முற்போக்குவாதிகள் ஒப்புக்கொள்ள வேண்டி வந்தது' என்பது மேற்கண்ட கூற்றிலிருந்து நிரூபிக்கப்படுகிறது - இந்நூலின் நோக்கத்தைக் கம்பீரமாகச் சுட்டிக்காட்டி முடித்திருக்கிறார்கள்.

இந்நூல், இலக்கணச் சுத்தமாக மேல்தட்டு மனோபாவத்துடன் நமக்குத் தரப்பட்டுள்ள தகவல் களஞ்சியம்.

~

8
சீறாவின் கடவுள் வாழ்த்துப் பகுதி ஓர் ஆய்வு

"பாரிடை நபிகள் தோன்றிப் பதினொரு
நூற்றாண்டின்பின் சீருயர் பாண்டி நாட்டில்
செந்தமிழ் உமறு ஞானி
ஈறிலா இறைவன் தூதர் இனியற் கதைவடித்தார்."

வடித்த கதை தமிழுக்குப் புதியது. தமிழ்க் காப்பிய உலகத் தலைமக்களில் பெரும்பான்மையோரைப் போலவே, உமறுவின் காப்பியத்தலைவரும் தமிழ்தவிர் நிலத்தைச் சார்ந்த அறமகனாரே.

உமறு வடித்த கதை தமிழுக்குப் புதியதென்றாலும், உமறு தமிழுக்குப் புதியவரல்லர். 'நரிவிருத்தம் பாடித் தமிழிலக்கியத்தோடு அறிமுகம் செய்துகொண்ட திருத்தக்கரைப் போல உமறு 'முதுமொழி மாலை' பாடித் தமிழோடு அறிமுகம் செய்து கொண்டார். கானில் வாழ்வை முகமதுநபியை கண்களால் காணக் கவிஞர் கொண்ட ஏக்கம், 88 கவிமலர்களாகித் தமிழ்ச்சோலையில் மணம் பரப்புகிறது.

உமறுவின் காவியச்சுவடியில் முதல் ஏடாகக் 'கடவுள் வாழ்த்து" என்னும் பெயரில் காப்புச்செய்யுளோடு அமைந்த 21 செவிநுகர் கனிகளே இக்கட்டுரைக்குப் பொருளாகின்றன. புலவர்மணி நூர்முகமதுவின் விளக்கப் பதிப்பான "உமறு தரும் சீறா வில் மட்டுமே இப்பாடல்கள் கடவுள் வாழ்த்து, திரு நபி வாழ்த்து, முறுசலின்கள் வாழ்த்து என்ற தலைப்புகளோடு அச்சேறி உள்ளன. கடைசி 3 பாடல்கள் பாடல் புலவரின் அவையடக்கச் செய்யுள்களாகும். 21 பாடல்களுமே ஐஞ்சீர், அறுசீர், எழுசீர்களால் இயன்ற ஆசிரிய விருத்தங்கள். ஆய்வினைத் தொடங்குமுன் சிறிய ஐயம் ஒன்று எழுகிறது. ஒரு

பெருங்காவியத்தின் ஒரு பாடலை அல்லது ஒரு படலத்தை மட்டும் கொண்டு நூலினைத் திறனாய்தல் முறையாகுமா? முறையன்று என்கிறார் டாக்டர் வ. சுப. மாணிக்கம்.

"தோள் கண்டோர் தோளே கண்டார் என்றபடி தனிப்பாடல் கண்டார் தனிப்பாடலையே கண்டார்; படலங் கண்டார் படலத்தையே கண்டார் என்ற குறுநிலைக்குக் காப்பியம் குறைந்து விடுகின்றது" என்பது அவர் கருத்தாகும்.

முன்னும் பின்னுமாகப் பாடல்களையும் படலங்களையும் விட்டுவிட்டு இடையிலே ஒன்றை அளவுகோலாகக் கொள்வதையே அவர் மறுக்கிறார். ஒரு நூலின் முதற்சுவடி படிப்போர்க்கு கவிஞனையும் கவிதையையும் இனங்காட்டும் பண்பும் பயனும் உடையதாகும். அவன் சமைக்கவுள்ள கவிதைப் பெருமாளிகையின் பரப்பினையும் உயர்ச்சியினையும் கலைநுணுக்கங்களையும் தாங்கிநிற்கும் அடிப்படையாகும். எனவே இந்த ஐயத்தைக் களைந்து விட்டு தலைப்புக்கு வருவோம்.

"சீறாவின் ஆரம்பத்திலுள்ள காப்புச்செய்யுளான, "திரு உருவாய்" என்ற பாடலே மூலப்பிரதிகளில் இல்லை என்றும், சீறாவைப் பதிப்பித்த புலவர்நாயகம் இதை எழுதியிருக்கலாம் என்றும் அறிஞர்கள் சிலர் கருதுகின்றனர்'. இது ஆர்.பி.எம். கனி அவர்கள் தரும் செய்தி. இனி மேலே செல்வோம்.

தமிழ் இலக்கண இலக்கிய மரபுகளைத் தெளிவுற உணர்ந்தவர், கவிஞர் உமறு. நிறைவிலாது போயினும் குறைவிலாத காப்பிய இலக்கணங்களை அவரது திருநூல் பெற்றுத் திகழ்கிறது. இருப்பினும் உமறுவின் கடவுள் வாழ்த்து அவையடக்கப் பகுதிகள் ஒரு தமிழ் மாணவனின் உள்ளத்தில் பல வினாக்களை எழுப்பு கின்றன. ஒரேயொரு ஊகம் மட்டுமே இவ்வினாக்களுக்குத் தெளிவான விடையினைத் தருகிறது.

கடவுள் வாழ்த்துப் பகுதியிலும் அதைத் தொடர்ந்து அவையடக்கப் பகுதியிலும் ஏனைய தமிழ்க்காப்பிய வல்லார் தரும் செய்திகளை உமறு தரவில்லை.

தண்டியாசிரியர் காப்பிய இலக்கணம் வகுப்பதற்கு முன்னும் பின்னும் தமிழில் காப்பியங்கள் எழுந்ததுண்டு.

“வாழ்த்து வணக்கம் வருபொருள் இவற்றில் ஒன்று
ஏற்புடைத்தாகி முன்வர இயன்று”

என்பது தண்டியாசிரியர் கூறும் இலக்கணம். ஆனால் வாழ்த்து வணக்கம் இவற்றில் ஒன்றோடு ‘வருபொருள் கூறாத காப்பியக் கவிஞர்கள் தமிழில் யாரும் இலர் முன்னோடிக் காப்பியங்களான சிலம்பிலும் மேகலையிலும் பதிகங்கள் அப்பணியை நிறைவு செய்கின்றன. நூற்பொருளோடு அல்லது கதையோடு தொடர்பில்லாத ஆனால் நூற்பிறப்போடு தொடர்புடைய செய்திகள் இப்பகுதியில் வருதல் மரபு இக்காப்பிய மரபு புலவர் உமறு அறியாததன்று.

“இராமாவதாரப் பேர்க்கதை” என்று நூற்பெயரையும் “வாங்கரும் பாதம் நான்கும் வகுத்த வான்மீகி யென்பான்” எழுதியது என்று முதனூலையும் “சடையன் வெண்ணை நல் ஊர்வயின் தந்ததே” என்று நூல் பிறந்த இடத்தையும், கம்பர்குறிப்பிடுகின்றார்.

அலகில்சீர்நம்பி ஆருரர் பாடிய “தெரிவரும் பெருமைத் திருத்தொண்டர் தம், பொருவருஞ்சீர் புகலலுற்றேன்” என்று நூலின் தலைமக்களையும், “ஈங்கிதன் நாமம் கூறில் திருத்தொண்டர் புராணம் என்று நூற்பெயரையும் தூய பொன்னணி சோழன் நீடுழிபார்,ஆயசீர் அநபாயன் அரசவை’ என்று நூல் அரங்கேறும் களத்தையும், குறிப்பிடுகின்றார் சேக்கிழார் பெருமான்.

“முழுதுணர் முனிவன் (வியாசன்) தன் சொல்லாகிய மாப்பெரும் காப்பியம்” என்று தனக்கு முதனூலையும் ஆக்கிய வரையும்” “மன்னு மாதவன் சரிதமும் இடையிடை வழங்கும் என்று மாசையால் யானும் ஈதியம்புதற் கிசைந்தேன்’ என்று தான் இக்கதையை விரித்த காரணத்தையும் குறிப்பிடுகின்றார். வில்லிபுத்தூரார். பிற செய்திகளை அதே காலத்தில் எழுந்த வரந்தருவாரின் பதிகம் கூறுகின்றது.

நூற்பெயர் “சிந்தாமணி என்றும் சீவகசாமியென்பான் வாளேறனைய புகழான் சரிதம்” நூலின் பொருள் என்றும் கூறி 24 பாடல்களில் சீவகனின் வரலாற்றைச் சுருங்கக் கூறியும் விடுகின்றார் திருத்தக்கர்.

“ஆரியவளன் தன் காதை அறமுதல் விளங்கச் சொல்வாம்” என்று முதல் பாடலிலே நூற்பொருளையும், தலைவன்

பெயரையும், ஆரியனூரில் தேம்பா அணியெனப் பிணித்தல் செய்வாம்” என்று நூல் பிறந்த ஊரையும், நூற்பெயரையும் 13 பாடல்களில் சொல்லி விடுகின்றார் வீரமாமுனிவர்

முதற்பகுதியில் 12 பாடல்களில் கம்பர் தந்த செய்திகளை.

10 பாடல்களில் சேக்கிழார் தந்த செய்திகளை, 8 பாடல்களில் வில்லியார் தந்த செய்திகளை கதைச் சுருக்கமும் சேர்த்து 29 பாடல்களில் திருத்தக்கர் தந்த செய்திகளை, 20 பாடல்களைப் பாடிய புலவர் உமறு தரவில்லையே! ஏன்?

காப்பியம் இயற்றும் புலவனின் இயல்பை, ஒரு உவமையின் வழி மாறனலங்காரமுடையார் விளக்குகின்றார். தலைவனைப் பிரிந்த தலைவியின் கண்கள் துயிலமாட்டா? எவை போலத் தெரியுமா? பெருங்காப்பியம் பாடுதற்கு உட்கொண்ட புலவர் கண்போல”

“முற்ற உணர்ந்து முதுகாப் பியம்புணர்ப்பான்
உற்றவர்தங் கண்போன் றுறங்காவாம் - இற்பிரிந்தால்
நல்லியலார் வந்தனைசெய் நாவீறன் மால்வரைமேல்
மெல்லியலார் இன்ப விழி”

என்பது மாறனலங்கார ஆசிரியரின் கருத்தாகும். ஒரு செய்தியை மனங்கொள்ள வேண்டும். இக்காப்பிய மரபுகளை உமறு அறியாதவரல்லர்.

நூற்பெயர் சீறா என்பது, இது முதனூலாகிய “சீறத்துநபி” என்பதைத் தழுவி வந்தது என்ற முதலில் பதிப்பித்த புலவர் சீறாவை முதன் நாயகம் எழுதிய சிறப்புப்பாயிரத்தால் தான் அறிகிறோம். “சீறாவென்ன முதனூல் நாமமே நாட்டி முதுபயன் அறம் பொருளின்பம் வீடனைத்து மடக்கிய திறம் பெருங்காப்பியம் செய்தனர்’ என்கிறார் அவர். உமறு ஏன் இதைக் கூடச் சொல்லவில்லை’ நூற்பொருள் அண்ணல் நபி அவர்களின் புனித வரலாறு என்று சொல்லவுமா மறந்து போனார்?

உமறுப்புலவரை ஆதரித்த வள்ளல் சீதக்காதி என்பது தீர பரவலாக வழங்கிவரும் கதை. அவரைப் பற்றி சிறுகுறிப்பினை முதற்பகுதியில் கூறவேண்டாம். நூலின் எந்த இடத்திலும் வில்லையே ஏன்? புனித வரலாறு பாடும்போது மனித வரலாறு இடைவிரவ வேண்டாம் என்று எண்ணினாரா? அப்படி எண்ண

வில்லை என்று மிக உறுதியாகச் சொல்லலாம். தன்னைப் புரந்த உசேன்நயினார் மகன் அபுல்காசிம் மரக்காயரை நூலின் பல இடங்களில் நன்றியுணர்வோடு பாராட்டுகின்றார் உமறு.

இன்னுமொன்று சீறாப்புரணத்தைச் சுவைக்கின்ற தமிழிலக்கிய மாணவர்கள் அனைவருக்கும் ஒரு சிறு வருத்தம் துளிர்ப்பதுண்டு. உமறு ஏன் இந்நூலை நிறைவு செய்யவில்லை?" என்று அபுல்காசிம் மரைக்காயர் வீட்டுமுன் சீறா அரங்கேறியதாகவும் நாட்டுவழக்கில் செய்தி ஒன்றுண்டு நிறைவடையாத காப்பியத்தையா உமறு அரங்கேற்றினார்? இவ்வரங்கேற்றம் பற்றி அவையடக்கப் பாடல்களில் உமறு ஏன் குறிப்பிடவில்லை?

இது ஒரு புறமிருக்க, "உமறுபுலவர், நபிகள் நாயகத்தின் வாழ்வின் முக்கிய நிகழ்ச்சிகளை மட்டுமே பாடியுள்ளார். எனவே தன்னளவில் சீறா நிறைந்த காப்பியமே" என்று சிலர் வாதிட முற்படுகின்றனர். ஆர்வத்தைக் காட்டும் இக்கருத்து, இலக்கிய மாணவர்க்கு அமைதிதரவில்லை.

அண்ணலார் வாழ்வின் முக்கிய நிகழ்ச்சிகளை மட்டும் பாட உமறு நினைத்திருந்தாரென்றால் அவர்களின் பிறப்பு வளர்ப்பு முதலிய நிகழ்ச்சிகளைப் பாடாது, அவர்களை "ஓதுவீராக" எனக் கூறி திருத்தூதுவராக ஆட்கொண்டருளிய புனித நிகழ்ச்சியில் தொடங்கினால் போதும்.

மக்கநகரை அண்ணல் நாயகம் வென்றது அவரது வாழ்வில் எத்துணைப் பெரிய நிகழ்ச்சி! அதைக்கூடப் புலவர் உமறு பாடவில்லையே!

அண்ணலாரின் இறுதி ஹஜ் திருப்பயணத்தின்போது ஒரு வெள்ளிக்கிழமையில் (ஹிஜிரி 10 துல்ஹஜ் 9) அரபாத் திடலில் கசுவா என்னும் ஒட்டகத்தின் மீதேறி கூடியிருந்த இலட்சத்து இருபத்திநாலாயிரம் முசுலிம்களிடையில் (குத்பா என்னும்) சொற்பொழிவு நிகழ்த்துகையில்,

"இன்றைய தினம் உங்களுக்காக உங்களுடைய தீன் என்னும் சன்மார்க்கத்தை முழுமையாக்கினேன். என்னுடைய பேறுகளை உங்கள்மீது பூர்த்தி செய்துவிட்டேன். உங்களுக்காக இஸ்லாம் (என்னும் சாந்தி) மார்க்கத்தை நான் உவந்தேன்" என்று இறைத்திருமொழி அவர்களுக்கு அறிவிக்கப்பட்டது. அப்பொழுது தான் அண்ணலாரின் வாழ்வுத் திருப்பணி

முழுமையாகிறது. எனவே அதுவரையுள்ள நிகழ்ச்சிகளைப் பேசாத எந்த நூலும் நபிகள் நாயகத்தின் வரலாற்றை முழுமையாகச் சொல்லவில்லை என்றே பொருளாகும். இதை உணர்ந்துதான் காயல்பட்டினம் பனி அகுமது மரைக்காயர் “சின்னச்சிறா” பாடினார். ரவண சமுத்திரம் ஹாஜி மொன்னான் முகமது காதிரி சத்தாரியும், புலவர் நாயகமும் ‘ரௌலா ஷரீபில் ஜீவித்திருந்த படலம்” வரை பாடினார்கள்.

சீறாப்புராணம் தவிர முதுமொழி மாலை, சீதக்காதி திருமண வாழ்த்து, சீதக்காதி நொண்டி நாடகம், கோவை நூல் ஒன்று, சில தனிப்பாடல்கள் இவையும் உமறுப்புலவரின் படைப்புக்கள் என்பர். முதுமொழி மாலை சீறாவுக்கு முற்பட்டது. ஏனைய நூல்களிலாவது சீறாப்புராணம் பிறந்த கதையாவது உமறுப்புலவரைப் பற்றிய செய்திகளாவது காணப்படுகின்றனவா எனில், இல்லை “உமறுப்புலவர் அவர்கள் தன்னைப் பற்றிய விபரங்களைத் தாம்பாடிய மற்றக்கவிதை நூல்களிலும் குறிப்பிட வில்லை” என்று தெளிவாக்குகிறார் எஸ்.ஏ. செய்யது அசன் மௌலானா அவர்கள்.

“உமறு பற்றி ஆதாரப்பூர்வமான தகவல்கள் மிகவும் குறைவு” என்று வருந்திக் கூறுகிறார் ஆர்.பி.எம். கனி அவர்கள். எனவே இதுவரைக் கூறிவந்த செய்திகளிலிருந்து நமக்கு கிடைக்கும் தெளிவான செய்தி இதுதான்.

வள்ளல் நாயகத்தின் வரலாற்றைக் கவிபொருளாக்க எண்ணங்கொண்ட உமறு அவ்விலக்கியத்திற்குக் காப்பிடி வடிவம் தரவேண்டுமென்று முதலில் எண்ணவில்லை எனவேதான் காப்பிய மரபுகளைக் கடவுள் வாழ்த்துப் பகுதியில் அவர் அடியொற்றிச் சொல்லவில்லை.

நூலின் முதற்பகுதியின் 21 பாடல்களைப் புறத்திறனாய்வு. செய்து நாம் காணும் முடிவு இது. ஆனால் சீறா நிறைவடையாது. அதற்கான காரணத்தைக் காண இயலவில்லை.

அப்படியாயின் நாயக இலக்கியத்திற்கு முதன் முதலாக என்ன வடிவத்தைத் தேர்ந்தெடுக்க உமறு எண்ணினார் என்ற கேள்வி அடுத்து இயல்பாகவே பிறந்துவிடுகிறது.

சீறாபுராணத்தை அகத்திறனாய்வு செய்யும்போது இக்கேள்விக்கு ஊகமாக ஒரு விடை கிடைக்கிறது.

63 ஆண்டுகள் வாழ்ந்திருந்த உமறுப்புலவரின் காலம் கி.பி. 1631 முதல் 1694 முடிய ஆகும். மிஃராஜ் மாலை பாடிய ஆலிப்புலவரைத் தவிர, உமறுவுக்கு முன்னர் இசுலாமிய இலக்கிய மரபுகளைத் தமிழில் உருவாக்க முசுலிம் புலவர்கள் இல்லை.உமறுவின் காலத்தில் கி.பி. 1659 முடிய அரசாண்ட மன்னர் திருமலை நாயக்கராவார். இவர் காலம், தமிழில் சிற்றிலக்கியங்கள் பல்கிப் பெருகிய காலம். தமிழ்ச் சமய இலக்கிய வரலாற்றில் பேரலையாக எழுந்த குமரகுருபர அடிகள் பிள்ளைத் தமிழும், கலம்பகமும், மாலை நூல்களும் பாடியருள் மக்களிடம் சமயம் பரப்பிய காலம் அது. வள்ளுவர் உள்ளிட்ட எல்லாப் புலவர்களும் காலச் சூழ்நிலைக்குக் கட்டுப்பட்டவர்களே. எனவே அக்காலப் புலவர் உமறு நபிநாதரின் சீர்மிகு உயர்வாழ்வு காப்பியமாக்கு தற்குரிய உன்னத் வாழ்வு என்பதை உணர்ந்த உமறு பின்னர் வடிவத்தை மாற்றிக்கொண்டார் என்றாலும், சிற்றிலக்கிய வடிவம் ஒன்றையே மனத்தில் முதலில் தேர்ந்திருக்க வேண்டும். அது பிள்ளைத்தமிழ் வடிவம் என்பதே இக்கட்டுரையில் ஊகமாகக் கொள்ளப்பெறும் முடிவாகும்.

இம்முடிவை வலியுறுத்தும் சான்றுகள் நூலுள்ளே விரவிக்கிடக்கின்றன.

இறை வணக்கத்தையும் நபிகள் நாயக வாழ்த்தையும் அடுத்து 11 பாடல்களில் முறுசலீன்கள், முந்தைய நபிமார்கள், நான்கு கலிபாக்கள், அண்ணலாரின் திருப்போர்கள் அசன், உசேன், ‘உலுல் அஜுமிகளான சுவனவாசிகள், நான்கு இமாம்கள், முகைதீன் ஆண்டகை, சமயஞானி சதக்கத்துல்லா அப்பா ஆகியோரை வாழ்த்திப்பாடுகிறார்.

இவ்வரிசையும், வாழ்த்தும், இசுலாத்தின் பெருங்கொள்கையான இறைவனின் ஒன்றான தன்மைக்கு (ஏகத்துவத்திற்கு) முரணாத வகையில் பாடிய பிள்ளைத்தமிழ் நூலொன்றில் காப்புப் பருவம் போல அமைந்துள்ளன.

உமறுவுக்குப் பின்னர் 14 பிள்ளைத்தமிழ் நூல்களை இசுலாம் தமிழுக்குத் தந்ததுண்டு. ஆனால் உமறுவுக்கு முன்னர் இசுலாமியப் பிள்ளைத்தமிழ் நூல்மரபு உருவாகவில்லை என்பதை நினைவிற் கொள்ள வேண்டும்.

மதகை அடைந்த நிலையில், வெள்ளம் கரையை உடைக்க முற்படுவது இயல்பு. எழுந்துவிட்ட கவி உணர்வைப் புலவன் எங்கேனும் வெளியிட்டாக வேண்டும். பின்னர் உமறுபாடும். நபி அவதாரப் படலத்திலும், அலிமா அமுதூட்டு படலத்திலும் பிள்ளைத்தமிழ் மணமே நிறைந்திருப்பதை உணர்கிறோம்.

உடன் நனி ‘கலிமா’ விரலினை உயர்த்தி
உதித்தனர் மகமது நபியே!
மாநிலந் தனக்கோர் மணி விளக்கெனலாய்
மகமது நபி பிறந்தனரே!
மும்மை என்றுரைக்கும் புவனமும் புரக்க
மகமது நபி பிறந்தனரே!
மன்னிய எவரும் சொற்படி நடப்ப
மகமது நபி நடந்தனரே!
மலர் தரு சோதி முகமது விளங்க
மகமது சொல் விளங்கினரே!
மண்ணகத்திருந்து கிளை எலாம் வளர
மகமது நபி வளர்ந்தனரே!

என்று அடுக்கிய கவிதைகள் தோயும்போது படிப்பது காப்பியமா, பிள்ளைத்தமிழா என்ற ஐயம் பயில்வார்க்கு அடிக்கடி தோன்றுகிறது. நாயகப் பிள்ளைத்தமிழ் பாடவேண்டும் என்ற புலவரின் உள்ளக் கிடக்கையைப் புலப்படுத்தும் கவிகளே இவை.

எனவே, இந்த ஆய்வின் சாரம் இதுதான். உமறுவின் நூல் ஒரு பெருங்காப்பியம் என்பதில் துளியும் ஐயமில்லை. இக்காப்பியம் எழுதுமுன் நாயக வரலாற்றைப் பிள்ளைத்தமிழாகப் பாடவேண்டும் என்னும் எண்ணமே உமறுப்புலவருக்கு இருந்தது. எனவேதான் சீறாப்புராணம் என்னும் காப்பியத்தின் கடவுள் வாழ்த்துப் பகுதி காப்பிய மரபுகளைத் தழுவாது அமைந்தது.

சீறா ஆய்வுத் திரட்டு
டாக்டர் சாகிர் உசேன் கல்லூரி, இளையான்குடி

9

நில அபகரிப்புப் பண்பாடு

தமிழகத்தின் மிகத் தொன்மையான ஊர்களில் ஒன்று திருக்கோவிலூர் ஆகும். இவ்வூர் தென்பெண்ணை ஆற்றின் கரையில் அமைந்துள்ளது. வள்ளல்களில் ஒருவனான மலையமான் திருமுடிக்காரியின் தலைநகரம் இதுவாகும். சங்க இலக்கியத்தில் இதற்குக் கோவலூர் என்று பெயர். இந்நகரத்தை அதியமான் அவரிடமிருந்து கைப்பற்றினான். அதனைப் பரணர் பாடியுள்ளார். இச்செய்தியை அவ்வையார் தன் புறநானூற்றுப் பாடலில் குறிப்பிடுகிறார்.

அன்றும் பரணன் பாடினன் கொல்லோ
முரண்மிகு கோவலூர் நூறியின்
அரணடு திகிரி ஏந்திய தோளே'

என்பது ஔவையாரின் புறப்பாடலாகும்.

சங்ககாலப் புலவராகிய கபிலர் இவ்வூரின் தென்பெண்ணை ஆற்றின் கரையிலுள்ள பாறையொன்றின் மீது அமர்ந்து உண்ணா விரதம் இருந்து உயிர் நீத்தார் என்பது அக்கால வழக்கமாகும்.

இதனை முதலாம் இராசராசனுடைய கல்வெட்டொன்றும் பதிவு செய்துள்ளது.

வருகுனல் பெண்ணை
தென்கரையுள்ளது தீர்த்தத் துறையது
தெய்வக் கவிதை செஞ்சொற்கபிலன்
மூரிவண் தடக்கைப் பாரிதன் அடைக்கலப்
பெண்ணை மலையற்கு உதவி பெண்ணை
அலைபுனல் அழுவத்து அந்தரிக்சம் செல
மினல் புகும் விசும்பின் வீடுபேறு
எண்ணிக் கனல் புகும் கபிலக் கல்லது!

என்று குறிப்பிடுகின்றது, அப்பாடல் வடிவக் கல்வெட்டு.

இன்னமும் ஆற்றின் நடுவேவுள்ள பெரும் பாறையினை அவ்வூர் மக்கள் கபிலக்கல் என்றே குறிப்பிடுகின்றனர்

முப்பது ஆண்டுகளுக்கு முன்னர் தமிழ்நாடு அரசின் தொல்லியல் துறையினர் இவ்வூரில் ஆய்வுசெய்து. சங்ககாலக் குடியிருப்புத் தடயங்களை வெளிப்படுத்தினர். நீர் வடிகால் போன்ற சுடுமண் குழாய்களைக் கண்டுபிடித்தனர். இந்தத் திருக்கோவிலூர் நூற்றெட்டு வைணவத் திருத்தலங்களில் ஒன்றாகும்.

'பொற்புடைய மலையரையன் பணிய நின்ற
பூங்கோவலூர் தொழுது போற்று நெஞ்சே'

என்று பாடுகின்றார். இவ்வூரிலுள்ள திருமால் கோயில் இறைவனின் பெயர், உலகளந்த பெருமாள் என்பது ஆகும். இது குறித்துச் சுவையான கதையொன்று வைணவ மரபில் வழங்கி வருகிறது.

முதலாழ்வார்கள் காலத்தில் மழையும் குளிருமான இராப்பொழுதொன்றில், ஒரு வீட்டின் புறத்தேயுள்ள இடைக்கழியில் (திண்ணையில்) அடியார் ஒருவர் வந்து தங்கினார். சற்றுநேரம் கழித்து மற்றொருவர் வந்து நானும் உள்ளே வரலாமா? என்று கேட்கிறார். இங்கே 'ஒருவர் படுக்கலாம்; இருவர் இருக்கலாம், மூவர் நிற்கலாம்' என்று அவரையும் சேர்த்துக் கொள்கின்றார். இன்னும் சற்றுநேரம் கழித்து, இந்த மூவருக்கும் நடுவில் நான்காவதாக ஒருவர் புகுந்துவிட்டார். இடநெருக்கடியினாலே திணறிய மூவரும் உள்ளே புகுந்த நான்காமவரை இருட்டிலே கண்டறிய முடியவில்லை. ஆளுக்கொரு பாசுரம் பாடிய மூவருமே முதலாழ்வார்கள் எனப்படும் பொய்கையாழ்வார் பூதத்தாழ்வார், பேயாழ்வார் ஆகிய மூவரும் ஆவர்.

இக்கதையினை இழை இழையாகப் பிரித்துக் காணவேண்டும். அந்த இடைவெளி முதலில் வந்த மூவருக்கும் உரிமையானதல்ல. வல்லடியாக உள்ளே புகுந்த நான்காமவருக்கும் உரிமையானதல்ல. கடைசியில் அந்த இடம் அவ்வூரின் உலகளந்த பெருமாளுக்கு உரிமையாயிற்று. இது எப்படி நியாயமாகும்?

வைணவம் இதை நியாயப்படுத்த ஒரு கதையினைக் கற்பித்தது முன்னொரு காலத்தில் மாவலி என்ற மன்னன் உலகில் உள்ள நிலம் முழுவதும் தமக்கே சொந்தமென்று இறுமாப்புடன் வாழ்ந்து வந்தான். அவனது செருக்கை அடக்க நினைத்த பெருமாள், வாமனன் என்னும் குள்ள வடிவில் (பிராமணனாகி) சென்று. தவம் செய்வதற்கு மூன்றடி நிலம் வேண்டுமென்று கேட்டார் மாவலியும் தருவதற்குஉடன்பட்டான். உடனே, வாமனனாக வந்த திருமால், விண்ணளவு உயர்ந்த திருமேனியைக் காட்டினார் விண்ணளவு உயர்ந்த திருமேனியினால், தனக்கு வேண்டிய நிலத்தை எடுக்க முயன்றார். மாவலியின் நிலம் முழுவதும் இரண்டடியால் அளந்து முடித்துவிட்டார். மூன்றாவது அடி நிலத்துக்காகத் தூக்கிய திருவடியை எங்கே வைப்பது என்று மாவலியைக் கேட்டார். அவன் என் தலைமீது வையுங்கள் என்றான். அவன் தலைமீது வைத்து அழுத்தினார். அவன் காணாமல் போனான். உலகம் முழுவதும் திருமாலுக்குச் சொந்தமாயிற்று. குள்ளப்பூதமாக நிலம் கேட்டுவிட்டு, விண்ணளவு உயர்ந்த திருமேனியினாலும் கால்களாலும் நிலத்தை அளப்பது எந்த வகையில் நியாயம்? இந்த திருவிக்கிரம அவதாரத்திற்கே உலகளந்த பெருமாள் எனப்பெயர்.

திருக்கோயிலூர் கோயில் கருவறையில் உலகளந்த பெருமாள் திருக்கோலமே அமைந்துள்ளது. தூக்கிய திருவடி தரைக்கு மேலாகப் பத்தடி உயரத்தில் உள்ளது. இதே அளவுள்ள திருமேனியுடன் காஞ்சிபுரத்தில் உலகளந்த பெருமாள் திருக்கோயில் இரண்டு உள்ளன.

பொதுவாகத் தமிழ்நாட்டில் திருமால் திருமேனிகள் நின்ற, இருந்த, கிடந்த கோலத்தில் மட்டுமே காணப்படும். விதிவிலக்காக தொண்டை மண்டலத்தில் மட்டும் உலகளந்த பெருமாள் திருமேனிகள் காணப்படுகின்றன. இதனை அரசியல் வரலாற்றுப் பின்னணியில் நோக்கவேண்டும்.

கி.பி. ஆறாம் நூற்றாண்டளவில் தொண்டை மண்டலத்தைக் கைப்பற்றிய பல்லவர்கள் தமிழ் அரசமரபினர் அல்லர் வன்முறையாலே நிலத்தைக் கைப்பற்றினாலும் அவர்கள் தமிழ் மக்களுக்கு 'வமப மன்னர் மட்டுமே ஆவர் தங்களைப் பேரரச மரபினோடு பண்பாட்டு அளவில் இணைத்துக்கொள்ள, அவர்கள் திருமால் உலகளத்த கதையினைப் பயன்படுத்தினர்.

பல்லவர்களாக அறியப் பட்ட முதல் மன்னன் சிம்ம விஷ்ணு என்னும் வைணவப் பெயர் உடையவன் ஆவான்.

நிலத்தை அளக்கக்கூடிய அதிகாரம், அரசுக்கு மட்டுமே இன்றளவும் உண்டு. இந்த அதிகாரத்தை ஆண்டவனில் பெயரால், தங்களுக்கு உரியதாக ஆக்கிக்கொள்ளப் பல்லவ மன்னர்கள் திருமால் உலகளந்த கதையைப் பயன்படுத்தினர் இந்த அதிகாரப் பறிப்பைப் பண்பாட்டு அளவில், சமரசம் செய்துகொள்ளவே திருக்கோவிலூர் இடைகழிக் கதை பிறந்தது அடுத்தவர் நிலத்தை அபகரிக்கும் முயற்சி ஆண்டவன் பெயரால் செய்யப்பட்டது என்பதையே இடைகழிக் கதை விளக்குகிறது

மாவலி கதையிலும் இடைகழிக் கதையிலும் அடுத்தவர் நிலம் அபகரிக்கப்பட்டது என்பதே இறுதி நிகழ்வாகும். இந்தப் பண்பாட்டு அடிப்படையில்தான் சமண பௌத்த வழிப்பாட்டு இடங்களைப் பக்திஇயக்க எழுச்சியின்போது சைவ வைணவ மதங்கள் பறித்துக் கொண்டன. இவ்வாறு பறிக்கப்பட்ட கோயில்களின் எண்ணிக்கை தமிழ்நாட்டில் மிகப்பலவாகும். திருக்கோவிலூர் கோயிலும் அந்த வரிசையில் ஒன்றாகச் சேர்கின்றது.

புதிய அரசு மரபினரான பல்லவர்கள் உலகளந்த கதையினைக் கொண்டாடியதும் சேர, சோழ, பாண்டியர் ஆண்ட தமிழ்நாட்டின் பிற பகுதிகளில் இக்கதையும் திருமேனியும் கொண்டாடப்படவில்லை. எனவே, பண்பாட்டு அளவில் நில அபகரிப்பு, நாள் தோறும் செய்தி ஆகும் தமிழ்நாட்டில் இப்பண்பாட்டுப் பின்புலத்தையும் நாம் நோக்கவேண்டும்.

~

10

ஏக ஆதிபத்தியத்தின் வேர்கள்

தமிழ்ச்சாதிக்கு எழுத்துவழி அறியப்பட்ட வரலாறு 23 நூற்றாண்டுகளாக உள்ளது. கி.மு.8ஆம் நூற்றாண்டைச் சேர்ந்ததாக அறியப்படும். ஆதிச்சநல்லூர் நாகரிகத்தில் எழுத்துக்கள் வழங்கியதற்கான சான்றுகள் இதுவரை நமக்குக் கிடைக்கவில்லை. இந்த நெடிய வரலாற்றின் திருப்புமுனைகளை விரிவாகவும் ஆழமாகவும் நோக்கும்போது நமக்குச் சில பாடங்கள் கிடைக்கின்றன. நிகழ்காலத் தமிழன் தன்னுடைய எதிர்காலத்தை ஒழுங்குசெய்ய ஒருபோதும் இந்தப் பாடத்தைப் படிப்பதில்லை.

ஆனால் அறியப்பட்ட இந்த 23 நூற்றாண்டு வரலாற்றுக்குள்ளாக தமிழன் நிறையவே சாதனை நிகழ்த்தியுள்ளான். குறிப்பாக பண்டைத் தமிழன் இயற்கை வளங்களை நேர்மையாகவும், சரியாகவும் பயன்படுத்தியுள்ளான் தன்னுடைய கலை உணர்வுகளுடன், தானே உருவாக்கிய தொழில் நுட்பத்தின் வாயிலாக அவன் படைத்த கலைக்கருவிகள் உலகின் எந்த இனத்திற்கும் குறைவானதல்ல. ஓர் எடுத்துக்காட்டைச் சொல்வதானால் இன்றளவும் காணக்கிடைக்கும் கல்நாயனங்கள் (நாதசுரங்கள்) உலகின் பொருளான கருங்கல்லையும், மென்மையான பொருளான இசையையும் ஒன்றுசேர்த்த விந்தையாகும். ஆயினும் வரலாற்றுக் கணக்கிலே ஐந்தொகை போட்டுப் பார்த்தால் தமிழனுக்கு நட்டக் கணக்குத்தான் மிஞ்சுகிறது. கிறித்துவுக்கு முன்னும்பின்னும் ஆன இரண்டு நூற்றாண்டுகளில் தான் தமிழ்நாட்டில் 'அரசு' என்னும் நிறுவனம் அரும்புகின்றது. இக்கால கட்டத்தில் தமிழ்நாட்டில் சேர, சோழ, பாண்டிய வேந்தர்கள் தோன்றிவிட்டனர். இருப்பினும் தமிழகத்தின் எல்லாப் பகுதிகளும் இவர்கள்

கைகளில் இல்லை. பெருவாரியான தமிழ் மக்கள் இனக்குழுத் தலைமையின் கீழும், குறுநிலத் தலைவர்களின் கீழுமே இருந்தனர். இந்த இனக்குழு வாழ்க்கையின் உயர்ந்த விழுமியங்களில் இயற்கையைத் தோழமை கொண்டதும் கூடிப்பகிர்ந்துண்டதும் குறிப்பிடத்தக்கனவாகும். எட்டுத்தொகை நூலான நற்றிணையில் ஒரு பாடலின் கருத்து நம்மை வியக்கவும், சிந்திக்கவும் வைக்கிறது.

தலைவன் முற்றத்தில் நிற்கும் தலைவியை நெருங்குகிறான். தலைவி நாணுகிறாள். அதற்கான காரணத்தையும் கூறுகிறாள் 'தலைவனே! எனக்கு வெட்கமாக இருக்கிறது, ஏன் தெரியுமா! நீ என்னைத் தழுவ முற்படுகின்ற இந்த இடத்திற்கு நிழல்தரும் புன்னைமரம், என்னுடைய தமக்கை. உடன்பிறந்தவள் முன்னிலையில் யாராவது தன் காதலனைத் தழுவுவார்களா? சின்ன வயதிலே என் அன்னை, புன்னைக் காயை மண்ணில் மறைத்து விளையாடுவாளாம். ஒருநாள் புதைத்த புன்னைக் காயைக் காணவில்லை. அந்த இடத்தில் நெய்யையும் பாலையும் அவள் ஊற்றி வளர்த்தாளாம். என் அன்னை எனக்குச் சொன்னாள். அதுதான் இந்த மரம். ஆகவே இம்மரம் என் அன்னைக்கு முதல் பிள்ளை எனக்கு அக்காள், மூத்தவள் பார்த்திருக்க இளையவள் காதலனுடன் சிரித்திருக்கலாமா? எனக்கு வெட்கமாய் இருக்கிறது.

"விளையாடு ஆயமொடு வெண்மணல் அழுத்தி,
மறந்தனம் துறந்த காழ்முளை அகைய,
நெய்பெய் தீம்பால் பெய்தினிது வளர்த்தது;
நும்மினும் சிறந்தது நுவ்வை ஆகும் என்று,
அன்னை கூறினள், புன்னையது நலனே அம்ம!
நாணுதும் நும்மோடு நகையே" (நற்றிணை 172)

இப்பாடல் நமக்குச் சொல்லும் செய்தி, நாள்தோறும் பார்க்கின்ற மரம், செடி, கொடிகளும் பிற உயிரினங்களும் இரத்த உறவினரைப்போல மக்களால் கருதப்பட்டன என்பதாகும். இம்மாறாத விழுமியங்களே அறம் எனக் கூறப்பட்டது. காலத்திற் கேற்பவும், அதிகாரத்திற்கேற்பவும் மாறிவரும் ஆரிய தர்மக் கோட்பாடு இவர்களிடம் இல்லை. இந்த அறத்தின் அடிப்படையில் இவர்களது தெய்வ நம்பிக்கை இருந்தது. இது பிறப்புவழியிலான உயிர்ச் சமத்துவத்தைக் குலைக்கவில்லை.

வெளியில் இருந்துவந்து இச்சமூகத்தை முதலில் பாதித்த கருத்தியல்கள் சமணமும், பவுத்தமும் ஆகும். ஆரிய வருணக்

கோட்பாட்டிற்கு எதிராகப் பிறந்த இந்த மெய்யியல்கள் தமிழகத்திற்கு ஆரியர்களின் வருகைக்கு முன்னரே தமிழ்நாட்டைத் தொட்டிருந்தன. அவர்களை வடநாட்டில் இருந்து பின்தொடர்ந்து தாக்கிவந்த 'வைதிகம் தமிழ்நாட்டில் உருவாகிக் கொண்டிருந்த அரசு அதிகாரத்திற்கு அருகில் வந்துநின்றது. சமண, பவுத்தங்கள் வணிகப் பெருவழிகளிலும் சிற்றூர்களிலும் கால்கொண்டிருந்தன. வைதிகமதம் தமிழக நகரங்களில், அரசு அதிகாரத்திற்கு அருகில் அமர்ந்தது. தமிழ் வேந்தர்கள் மக்களைத் தரப்படுத்தும் வைதிகத்தின் முன்பு மண்டியிட்டனர்.

> **'அரசனே! உனது தலை வேதம்ஓதுவார் முன்**
> **தாழ்வாகட்டும்**

என்னும் பொருள்பட,

> **"இறைஞ்சுக பெரும நின் சென்னி சிறந்த**
> **நான்மறை முனிவர் ஏந்துகை எதிரே"**

என்னும் புறநானூற்றுப் பாடல் (புறம்: 6) அமைந்துள்ளது. இதேபோல் மற்றொரு பாடலில்,

> **"...நின் முன்னோர் எல்லாம்**
> **பார்ப்பார் நோவன செய்யார்" (புறம்: 43)**

என்று வட்டாட்டத்தில் கரவான மன்னனிடம் வட்டுக்காயம்பட்ட பார்ப்பனப்புலவர் ஒருவர் பாடுகிறார். சங்க இலக்கியகாலப் பார்ப்பனர்கள் கோயில் பூசாரிகள் அல்லர். அவர்கள் வேதம் என்னும் எழுதாச் சொல்லையே (மனப்பாடம் செய்யப்பட்ட வேத சூத்திரங்களையே) கடவுள் போலக் கொண்டவர்கள். அவர்களுக்கு உருவ வழிபாடு ஏற்புடையதன்று. ஏனென்றால் மனிதர்களைப்போல உணர்வும், இயக்கமும் உடைய கடவுளை அவர்கள் ஏற்றுக் கொள்வதில்லை. இன்று வரை வேதத்தையே கடவுள்போல (கடவுளாக அல்ல) ஸ்மார்த்தப்பிராமணர்கள் கொள்கின்றனர். அதாவது 'ஸ்மிருதி' எனப்படும் வேதநூற்பாக்களையே இவர்கள் கடவுளாகக் கொண்டாடுகின்றனர். இவர்களுக்கு மாறாக சிவப்பிராமணர்களும், வைணவப் பிராமணர்களும், கையும், காலும், கண்ணும் உடம்பும் கொண்ட கடவுள்களைக் கொண்டாடுகின்றனர். கோயில்கள் தனி நிறுவனமானபோது சிறுகோயில்களான ஓரறைக் கோயில் திறவுகோலும், நீர்க்

குடங்களும் பூசாரிகளான பார்ப்பனர்களிடமே இருந்தன. ‘குடம் கொண்டு கோயில் புகுவார்’. ‘குடமும் குச்சியும் கொண்டு எனவரும் கல்வெட்டுச் செய்திகள் இதை உறுதி செய்கின்றன. உறுதியாக இவர்கள் வேதப் பார்ப்பனர்கள் அல்லர். ஆனால் கெட்டகாலமாக பக்திஇயக்கக் காலத்திலும் பல்லவர்களும், பாண்டியர்களும் ஸ்மாத்தப் பிரமாணர்களுக்கே மரியாதை கொடுக்கத் தொடங்கினர். அரசுகளின் எழுச்சியோடு பக்தி இயக்க எழுச்சியாக பெருங்கோயில்களும் பெருகத் தொடங்கின. தேவ தானம் என்பது கோயில்சார்ந்த சைவ, வைணவப் பிராமணர்களுக்குக் கொடுத்த தானங்களைக் குறித்த சொல்லாகும். இவர்களுக்குக் கொடுத்த தானங்களைவிட தமிழ்வேந்தர்கள் பிரமதேய விருத்தி என்ற பெயரில் வேதம் ஓதும் பார்ப்பனர்களுக்கே ஆன்மீக மரியாதை கொடுத்தார்கள். வளமிக்க நன்செய் நிலங்களை மற்றவர்களிடமிருந்து பறித்து வேதம் ஓதுபவர்களுக்குக் கொடுத்தனர் இது குறித்த செப்பேடுகளும், கல்வெட்டுகளும் ‘பொதுநீக்கி’ என்ற சொல்லோடு அமைந்துள்ளன. அதாவது மற்றவர்களுக்கு உள்ள உரிமையை நீக்கிவிட்டு அரசன் இவர்களுக்கு அவ்வுரிமையை கொடுத்துள்ளான்.

இக்காலத்திய அரசுகளின் வளர்ச்சி நிலவுரிமையின் அடிப்படையிலானது. பழைய நன்செய் நிலங்களும், புதிய கால்வாய்களால் உருவாக்கப்பட்ட புதிய நன்செய் நிலங்களும் பார்ப்பனர் வேளாளர் கூட்டணியின் கைகளுக்கு மாறின. இதனால் அரசதிகாரம் என்பது, தமிழ்நாட்டில் வேளாளர்களின் நில உரிமையோடு, பார்ப்பனர்களின் ஆன்மீக அதிகாரத்தின் மீதும் அமைந்தது.

ஏன் இந்த ஒற்றை ஆன்மீகக் கருத்தை மன்னர்கள் ஆதரித்தனர்?

நாட்டார்மரபு சார்ந்த பல்வேறு தெய்வங்கள் என்ற பன்முகத்தன்மையை நிராகரித்து ‘ஒரே கடவுள்’ என்ற கோட்பாடு மன்னனுக்குப்பிடித்தது. ஏனெனில் பல தலைவர்கள் என்பது மறுக்கப்பட்டு ஒரே அரசன் என்பது அவர்களுக்குத் தேவை. வேறுவகையில் சொல்வதானால் ஏகஆதிபத்தியம் என்பதை ஆதரிக்கும் கருத்தியலாக வைதிகம் இருந்ததால் அதை மன்னர்கள் போற்றிப்புரந்தார்கள்.

ஒப்புரவு-1: முதுவேனில்

11

உலகமயமாக்கல் பின்னணியில் பண்பாடும், வாசிப்பும்

பேசுகின்ற இடம் மதுரை; பேசப்படுகின்ற விசயம் புத்தகம் எனக்கு கொஞ்சம் பயமாகத்தான் இருக்கிறது. ஏனென்றால், தமிழ் நாட்டில் எந்த ஊரில் அதிகமாகப் புத்தகங்கள் பிறந்தது என்றால் மதுரையில் தான் அதிக புத்தகங்கள் தோன்றியுள்ளன. கலித்தொகை என்னும் செவ்விலக்கியம் பாண்டிய நாட்டு இலக்கியம் என்றே அழைக்கப்படுகிறது. பரிபாடல் என்ற செவ்விலக்கியத்துக்கு பெயரே மதுரை இலக்கியம். அப்பேற்பட்ட ஊரிலே நின்று பேசுகிறேன் என்ற உணர்வு எனக்குத் தன்னியல்பாகவே உண்டு. இந்த ஊரின் நீரும், நெருப்பும்கூட தமிழ்ச்சுவை அறியும் என்கிறது ஒரு நூல்.

“உலகமயமாக்கலில் பண்பாடும், வாசிப்பும்” என்னும் தலைப்பைக் கொடுத்திருக்கிறார்கள். புத்தகங்கள் என்பது வெறும் தாளும் மையும் மட்டுமல்ல. அதற்குள் எழுதியவனின் ஆன்மா இருக்கிறது. ஒரு செடியில் வேருக்கும் விழுதுக்கும் உள்ள தொடர்பு போன்றது புத்தகங்களுக்கும் வாசிப்பவனுக்கும் உள்ள தொடர்பு.

புத்தகங்களின் மீது சமூகம் நடந்து போகிறது; நடந்து போவது என்றால் எழுதியவனின் மனநிலையை நாம் உணர்ந்து கொள்வது. எனக்கு, இங்குவந்து பார்த்ததும் மகிழ்ச்சியாக இருந்தது. சில ஊர்களில் சந்தை என்று போட்டிருப்பார்கள்; இங்கு புத்தகத் திருவிழா என்று போட்டிருக்கிறார்கள். “திருவிழா என்பது கொண்டாடப்பட வேண்டியது. அதேபோல் புத்தகங்களும் கொண்டாடப்பட வேண்டியவை.

உலகமயமாக்கல் என்ற சொல்லே எனக்குப் புரியவில்லை. உலகை எப்படி உலகமயமாக்குவது? மதுரையை எப்படி மதுரை மயமாக்குவது? மதுரையை வண்ணமயமாக்கவேண்டும். ஒளிமயமாக்க வேண்டும் என்று சொல்லுங்கள் புரிகிறது ஆனால், உலகமயமாக்கம் என்ற சொல்லே நமக்குப் புரியவில்லை நம் ஆட்சியாளர்கள் நமக்கு அளித்த நன்கொடை இது. இவர்கள் ஏதோ சொல்ல வருகிறார்கள் அதில் ஒரு நுண் அரசியல் இருக்கிறது. நான் கட்சி அரசியலைச் சொல்லவில்லை.

உலகமயமாக்குவது என்றால் உலகையே சந்தையாக மாற்றுவது. உலகிலே சந்தை மட்டும் இருந்தால் போதுமா இம்மதுரையிலே சந்தையும் இருக்கும்; தமுக்கமும் இருக்கும். மீனாட்சிகோயிலும் இருக்கும், மனநோயாளிகளுக்கான மருத்துவமனையும் இருக்கும்; சந்தையில் ஐந்துவயது சிறுவர், சிறுமிகளுக்கு இடம் இருக்க முடியுமா? அல்லது கம்பு ஊன்றி நடக்கும் வயதானவர்களுக்கு இடம் இருக்குமா? வயதானவரைத் தெருவில் பார்த்தால் ஒதுங்கி நடப்போம். ஆனால் சந்தையில் “சந்தையில இடிக்கிறதெல்லாம் சகஜம்” என்று போய்விடுவார்கள். பாக்கெட்டில் பணமில்லாதவனுக்கு சந்தையில் இடமிருக்குமா? கன்னி பெண்களுக்கு அங்குஇடமிருக்குமா?

சந்தை என்பது வாங்குவதற்கான இடமே தவிர, அங்குமனித உறவுகள் மலராது. சிறைச்சாலைகளில் மனிதஉறவுகள் மலரும். மருத்துவமனைகளில் கூட மனிதஉறவுகள் மலரும். நான் ஒரு மாதம் மருத்துவமனையில் இருந்தேன். பக்கத்து அறையில் இருந்தவர்களெல்லாம் நண்பர்கள் ஆகிவிட்டார்கள். ஆனால் சந்தையில் ‘அஞ்சால் விற்றால் லாபம் என்றால், அஞ்சால் விற்போம். நஞ்சை விற்றால் லாபம் என்றால், நஞ்சை விற்போம்”. இது சந்தையின் தன்மை.

உலகமயமாக்கலை இடதுசாரிகள் எதிர்க்கிறார்கள், அறிஞர்கள் எதிர்க்கிறார்கள். என்னைப் போன்ற பண்பாட்டு ஆய்வாளர்களும் எதிர்க்கிறோம். ஏனென்றால் இது ஒரு பண்பாட்டு படையெடுப்பு நமது பண்பாட்டை குலைப்பதற்கான முயற்சி இதை பண்பாட்டுத் தாக்குதல் என்றும் கூறலாம்.

பண்பாடு என்பது பொருள் உற்பத்தியில் தொடங்குகிறது. ஒரு குழந்தை, இலையில் தனக்கான பீப்பியை செய்து கொள்கிறது தனக்கான வண்டியை செய்துகொள்கிறது. தனக்கான காகிதப் பையை செய்துகொள்கிறது. இப்படி

தனக்காக செய்து கொள்கிற போதுதான் கலாச்சாரம் பிறக்கிறது. பொருள் உற்பத்தியில்தான உறவுகள் மலரும். பொருள் உற்பத்தி செய்கிற போது மனிதன் கலாச்சாரம் உடையவன் ஆகிறான். அது வாடுகிற போது கலாச்சாரமும் செத்துப் போய்விடுகிறது. உலகமயமாக்கம் என்ற பெயரில் இவர்கள் உலகையே சந்தையாக்க முயல்கிறார்கள். சந்தையில் எதைவிற்றால் லாபம் கிடைக்கும் என்பதைதான் பார்ப்பார்கள். அங்கு மனிதர்களின் உணர்வுகளுக்கு இடமிருக்காது.

மரபுவழியான அறிவுச்செல்வத்தைத் திட்டமிட்டு கொள்ளையடிப்பது உலகமயமாக்கம். இதைதான் மார்க்ஸ் தொகுக்கப்படாத விஞ்ஞானம் என்றார். நம்முடைய பாரம்பரிய மருத்துவ அறிவுகளைக் கொள்ளையடிப்பது உலகமயமாக்கம். கால்ல புணணு வந்தா மஞ்சளையும் வெங்காயத்தையும் அரைச்சு போடுவோம். இனி ஏதாவது ப்ரெஞ்ச் கம்பெனியோ, கனடா கம்பெனியோ மஞ்சள், வெங்காயத்தையெல்லாம் நான்தான் கண்டுபிடிச்சேன்னு காப்பிரைட் வாங்கி வச்சுகிருவான். அப்புறம் வெங்காயம். மஞ்சள் பயன்படுத்த நாம அவனிடம் அனுமதி கேட்கணும்; பணம் கட்டணும். இப்படி மரபுரீதியான அறிவுச் செல்வத்தைத் திட்டமிட்டே கொள்ளையடிக்கிறார்கள். அறிவு என்பது 19ஆம் நூற்றாண்டு இங்கிலாந்து தொழிற்புரட்சியில் கண்டுபிடிக்கப் பட்டதல்ல. நமக்கு அறிவு பற்றிய சரியான பார்வை இல்லை.

பி.எஸ்.சி இரசாயனம் படிக்கும் மாணவனைப் பார்த்து இரசாயனம் எப்போது கண்டுபிடிக்கப்பட்டது எனக் கேட்டேன். அவனுக்குத் தெரியவில்லை: சொல்லிக் கொடுத்தால்தானே, அவன் சொல்வான். மனிதன் வேட்டையாடியபோது உணவு மீதம் ஆகி டிஹைட்ரேட் ஆகி நாளை பயன்படுத்தலாம். என்றபோதே இரசாயனம் தொடங்கிவிட்டது அதில் உப்பைச் சேர்க்கும்போது இன்னும் கொஞ்சநாள் பயன்படுத்தலாம் என்றபோது இரசாயனம் வளரத்தொடங்கியது.

மனிதகுல வரலாறு தெரியாத கல்விமுறையில் வளரும் இன்றைய தலைமுறையில் பண்பாடு பற்றிப் பேசுவதெல்லாம். பைத்தியகாரத்தனம். உலகமயமாக்கம். உலகமயமாக்கம் என்று சொல்லிச்சொல்லியே நம்மை ஏமாற்றிக் கொண்டிருக்கிறார்கள்.

ஒன்றே குலம், ஒருவனே தேவன்” என்று கேட்கும்போது மகிழ்ச்சியாகத்தான் இருக்கும். அதை ஒரு தலைவர் சொன்ன

போது ஊரே திரண்டது. 'ஒன்றே குலம். ஒருவனே தேவன் என்று சொன்னால் சைவர்களுக்கு மகிழ்ச்சியாக இருக்கும். இது திருமூலரின் திருமந்திரம். ஒன்றே குலம், ஒருவனே தேவன், அவன் தான் இராமன் என்னும் போதுதான் பிரச்சனை வெடிக்கிறது "எல்லா பிரம்மாண்டங்களும் மனித விரோதமானவை. ஜனங்களின் வாழ்வுக்கு பிரமாண்டம் தேவையில்லை. பிரமாண்டங்களுக்கு எதிரான கலாசாரத்தை நாம் உருவாக்க வேண்டும்". 60 மாடி, 70 மாடின்னு கட்டடம் கட்டுகின்றபோதுதானே பின்லேடன் வர்றான். உலகின் அறிவுச் செல்வங்களைக் கொள்ளையடிக்கவே உலகமயமாக்கம் பயன்படுகின்றது. ஆப்பிரிக்காவில் உள்ள காடுகளிலும், கடற்கரையோரங்களிலும் இருந்த தாதுக்களைக் கண்டுப்பிடித்து கொள்ளையடிக்கிறாங்களே அதுதான் இன்பஃர்மேசன். இதுதான் இன்பஃர்மேசன் டெக்னாலஜி. எதற்கும் பயன்படாத தேரிக்காடு. அங்கே கல்லுமுள்ளும் ஓணானும் குடிகொண்டு இருக்கும். அங்கே தோரியம் இருக்குன்னு சொல்றானே, அது இன்பஃர்மேசன். அங்கே பெரிய கம்பெனிக்காரன் வர்றானே அது உலகமயமாக்கம்.

எல்லா இடத்திலும் கையவச்சுட்டு சமையலுக்குள்ளயே வந்து கையவச்சுட்டாங்க. பீட்ஸான்னு இப்ப ஒரு இத இப்ப திங்க கொடுக்கிறாங்க. அதுல என்னா இருக்குன்னு நமக்குத் தெரியுமா? நம்ம வீட்ல செய்த பண்டத்துல என்னா இருக்குன்னு நமக்குத் தெரியும். "உணவெனப்படுவது விலக்கொடு உயிரே". நம்ம உணவுச் செல்வங்களை இன்னொருத்தன் கொள்ளையடிக்கிறானே அது உலகமயமாக்கம், நிலத்தையும் உணவையும் கூட காக்க முடியாத சமுதாயம் வாழ்வதற்கு லாயக்கில்லாதது. திருமலைநாயக்கர் மகாலும், மீனாட்சியம்மன் கோயிலும் மட்டும் நமது முன்னோர்கள் சேர்த்துவைத்த சொத்து அல்ல. தூயநீரும், காற்றும் நமது சொத்தில்லையா? எதை வேண்டுமானாலும் விற்கலாம் என்பது தான் உலகமயமாக்கம். விற்கமுடியாத பொருள் மனிதனிடம் இருக்கிறது.

நாம் இங்கு திருவள்ளுவரையே விற்றுக் கொண்டிருக்கின்றோம். திருவள்ளுவர் "எட்டுக்குரியர் கயவர் என்கிறார். திருக்குறளுக்கு உயிர் இருக்கிறது. அதை எழுதியவனுக்கு ஆன்மா இருக்கிறது அதனால்தான் எழுதியவனுக்குச் சாவு இல்லை என்கிறோம். வடநாட்டில் வியாசர் மகாபாரதத்தை சொல்ல, அதை விநாயகர்

தன் கொம்பை உடைத்து எழுதியதாக மரபு இருக்கிறது. ஆனால், இதைவிட சீரிய மரபு தென்னாட்டில் இருக்கிறது விநாயகருடைய அப்பா சிவனே திருவாசகம் எழுதியதாகக் கூறப்படுகிறது. திருவாசகம் காணாமல் போய் அனைவரும் தேடுகிறார்கள்; காண வில்லை. ஒரு புத்தகத்தைக் காணாமல் ஆக்குவது தேசத்துரோகம். அதை தொலைத்தவர்களுக்குத்தான் தெரியும். திருவாசகம் இறுதியில் சிதம்பரத்தில் இருந்தது. சிவபெருமான் கையிலே இருந்தது. சிவபெருமானிடம் கேட்டால் இது என் பெர்சனல் காப்பி என்கிறார். என்னவென்றால் அந்தப் புத்தகத்தில் திருவாதவூர் மாணிக்கவாசகன் சொல்ல. உடையார் திருசிற்றம்பலமுடையார் எழுத்து என்று அதில் இருக்கிறது. இதை ஏன் சிவன் வைத்திருந்தார் என பின்னால் வந்த அறிவியலாளர் தத்துவப் பேராசிரியர் சுந்தரம்பிள்ளை சொல்கிறார் “உலகைப் படைத்து காத்து, அழித்து பிறகு மீண்டும் உலகைப் படைக்கும் முன் உள்ள ஒரு லஞ்ச் பிரேக்கில் படிக்க ஒரு புத்தகம் வேண்டும் அல்லவா? அதற்குதான் போரடிக்காமல் இருக்க சிவன் திருவாசகத்தை வைத்திருந்தார்” என கூறுகின்றார் தன் மனோன்மணியத்தில் இவ்வாறு கடவுளே ஸ்க்ரைப்பாக இருந்திருக்கிறார் நம் நாட்டில்.

ஒன்றைத் திட்டமிட்டே பழசாக்குவது உலகமயமாக்கம். இந்த வருடம் இருசக்கர வாகனம் ஒன்றை வாங்கினால் அடுத்த வருடம் ஒரு சின்ன மாற்றத்துடன் புதிதாக ஒன்று வரும். இப்படி திட்டமிட்டுப் பழசாக்கி அடுத்தப் பொருளை விற்பதுதான் உலகமயமாக்கம் எல்லாவற்றையும் சந்தைப்படுத்திக் கொண்டிருக்கும் போது நாம் இந்த ஏமாளிகளிடம் பண்பாடு பற்றிப் பேசுவது எல்லாம் முட்டாள்தனம் பண்பாடு பற்றிப் பேசுவதே நாம் ஏமாளித்தனத்திலிருந்து விடுதலைப் பெறவேண்டும் என்பதற்காகத்தான்.

உலகமயமாக்கம் எழுத்து உலகத்தில் என்ன மாற்றம் ஏற்படுத்தியிருக்கிறது எனப் பார்ப்போம். சென்னை புத்தகத் திருவிழாவில் 10 இலட்சம் புத்தகம் விற்றுள்ளது எனச் சொன்னார்கள். மகிழ்ச்சி! மனிதன் வாசிக்கத் தொடங்கிவிட்டான். வாசிக்கும் மனிதன்தான் யோசிக்கிறான். சமூகம் மாற்றம் அடையத் தொடங்கியதா எனப்பார்த்தால் மாற்றம் ஏதுமில்லை. ஏனென்றால் பாதிக்குப் பாதி வாஸ்து புத்தகங்கள்தான் விற்றுள்ளன. இங்கு இப்பொழுது விற்கும் புத்தகங்களைவிட பல மடங்கு குருப் பெயர்ச்சி பலன் புத்தகம்

வித்திருக்கும். குருவே வருசம் வருசம் இடம் பெயருகின்றார் என்றால் நீ உன் சிந்தனையில் இடம் பெயரக் கூடாதா?

மாறுதல் ஒன்றே மாறாதது; 15 வருசமா அப்படியே இருக்கீங்கன்னு சொன்னா அது உண்மையில்ல. முடி லேசா நரைச்சுருக்கும். வழுக்கை கூடியிருக்கனும். அப்படியே எதுவும் இருக்க முடியாது. மாற்றங்களை உருவாக்குவது புத்தகங்கள். மார்க்சிம் கார்க்கியுடைய தாய் காவியம் போன்ற புத்தகங்கள் மக்களிடம் மாற்றத்தை ஏற்படுத்தியவை. அறிந்தும் அறியாமலும் படித்த புத்தகங்கள்தான் நமக்குள் ஒரு மாற்றம் ஏற்பட உதவுகிறது. அதென்ன அறியாமல் படித்த புத்தகம் கொல்லைப்பக்கம் போட்ட தக்காளி திடீர்ன்னு செடியா முளைப்பது போல. நாம் தெரியாமல் இப்படி வாசித்த புத்தகங்கள்தான் அறியாமல் படித்த புத்தகங்கள்.

மனித மனத்தில் விழும் விதைகள் முளைக்கத் தவறுவதே இல்லை. நான் எங்க ஊர் மாவட்ட நூலகத்தில் ஏழாம் வகுப்பு படிக்கும்போது ஒரு புத்தகம் எடுத்தேன். அது சரித்திரத்தை மாற்றிய “அங்கிள் டாம் புத்தகம் என்று தெரியாமல் அதன் குழந்தைப் பதிப்பின் தலைப்பைப் பார்த்து எடுத்தேன். டாம் மாமாவின் கதை. இந்தப் புத்தகத்தை இப்பொழுது காணவே முடியவில்லை. நாம் அடிமையாகவே இருக்க சம்மதித்து விட்டோம் என்பதைதான் இது காட்டுகிறது. “பிறப்பொக்கும் எல்லா உயிர்க்கும்” என்ற வள்ளுவரின் வரியைப் படிக்கும்போது அங்கிள் டாம் புத்தகம் ஞாபகம் வரும். மேல்மண், கீழ்மண் ஆவதும், கீழ்மண். மேல்மண் ஆவதும் வரலாறு புரட்சியை ஒரு புத்தகம் எப்பொழுதும் ஏற்படுத்தி கொண்டுதானிருக்கிறது.

இப்பொழுது சிலர் தினமும் ஒரு புத்தகம் எழுதுகிறார்கள்; என்ன செய்யிறது? பிறப்பொக்கும் எல்லா உயிர்க்கும் என ஒரே வரியில் அப்போதிருந்த சாதிக்கோட்பாடுகளை உடைத்த வள்ளுவரிடம் இருந்த கலகக்குரலை விடவா இனி எழுத முடியும்? எழுத்துல எதிர்ப்பு இருக்கலாம்; கலகக்குரலாய் எழுதலாம்; ஆனால், வெறுப்பு இருக்கக் கூடாது. இப்ப எழுதும் சிலரின் எழுத்த வாசிச்சா வெறுப்புதான் முழுமையாய் வெளிப்படும். கோவம் வரலைன்னா அவன் மனுசனே இல்ல. கடவுள் பற்றி இருக்காரா, இல்லையான்னு எழுதலாம்; பேசலாம். எதிர்ப்பை வெளிப்படுத்துவது தவறல்ல. வெறுப்பு என்பது இரு காரணத்தினால் வெளிப்படுவது. ஒன்று இயலாமை; மற்றொன்று பொறாமை. இதற்கு மருந்தே கிடையாது.

எதை வேண்டுமானாலும் எழுதலாம். யாரைப் பற்றி வேண்டுமானாலும் எழுதலாம் என்ற தைரியத்தை இவர்களுக்கு யார் கொடுத்தது? உலகமயமாக்கம் எல்லாவற்றையும் சந்தைப் படுத்த முயல்கிறது. என்னிடம் வந்து ஒரு இளங்கவிஞர் மழை பற்றிய கவிதைத் தொகுப்புக்குத் தலைப்பு கேட்டார். 'தீங்கின்றி நாடெல்லாம்" என்று சொன்னேன். மழையைப் பார்த்தால் ஒவ்வொரு சமயமும் ஒரு வித்தியாசம் காட்டும் ஓரிசா வெள்ளத்தைப் பார்த்தால் புரியும் தீங்கின்றி நாடெல்லாம் திங்கள் மும்மாரி" என்னும் வரி அதைப்போல தண்ணீர் இல்லாம தவிக்கிறப்ப தெரியும் "நீரின்றி அமையாது" என்னும் வரி.

வாசிப்பது மூலம் யோசிக்கிறான். யோசிப்பதன் மூலம் சமூக மாற்றத்தை ஏற்படுத்துகிறான். உலகமயமாக்கலில் எல்லாவற்றையும் சந்தைப்படுத்துகிறோம். திருக்குறளை மட்டுமல்ல; திருவள்ளுவரையே சந்தைப்படுத்துகிறோம் இன்று எல்லாவற்றையும் விற்கத் தொடங்கி விட்டோம். நுகர்வுக் கலாசாரம் ரொம்பப் பெருகி விட்டது. முன்பெல்லாம் வீட்டில் ஒரு சோப்பு இருந்தது. இப்ப ஆறு பேர் இருக்கிற வீட்ல ஏழு சோப்பு இருக்குது. வெளிநாட்டு கம்பெனி எல்லாம் ஒனக்கு ஒன்னும் தெரியாது நான் குடுக்கிறேன்; இத சாப்புடுன்னு சொல்றான். அதுவும் நம்ம மதுரைல சொல்லலாமாங்க. தினம் ஒரு கண்டுபிடிப்பை கண்டுபுடிக்கிற ஊரு. போன்டாக்குள்ள முட்டைய வைச்சு கண்டுபுடிச்ச ஊரு. கென்டகி சிக்கன்னு ஒரு கம்பெனி, நான் கோழிக்கறி தர்றேன். அத சமைன்னு சொல்றாள் நம்ம ஊருல நம்ம பொண்ணுகளுக்கு கோழிக்கறி சமைக்க தெரியாதா?

மருத்துவ சம்மந்தமான அறிவுச்செல்வங்களைத் திட்டமிட்டு பன்னாட்டு கம்பெனிகள் கொள்ளையடிக்கின்றன. இதற்காகவே ஆராய்ச்சி பண்ண ரொம்ப பேர் இங்கு வந்து இருக்காங்க. இதற்கெல்லாம் பன்னாட்டு நிறுவனங்கள் பணம் கொடுக்கிறார்கள்.

உலகமயமாக்கம், உலகமயமாக்கம் என்ற சொல்லிலேயே நாம் ஏமாந்து போகிறோம். "மெய்ப்பொருள் காண்பது அறிவு யார் என்ன சொன்னாலும் இந்த நுகர்வுக் கலாச்சாரத்திலிருந்து நாம் விடுபட வேண்டும். இப்ப கடன் திருவிழா, லோன் மேளா எல்லாம் நடத்துறாங்க. இந்தத் திருவிழாவிற்கு எப்ப கொடி ஏத்துவாங்க? எப்ப இறக்குவாங்கன்னு தெரியல. எந்த நாடும்

உலக வங்கியிடம் வாங்கிய கடனை திருப்பிக் கொடுத்ததாக வரலாறு இல்லை.

"மாற்ற முடியாதது எதுவோ அது அறம். மாற்றம் வந்தாலும் அதிக மாறுதல் வராதது பண்பாடு". உலகமயமாக்கல் என்ற ஆரவாரத்திற்கு நாம் ஏமாந்து போகிறோம். நாம் தினமும் பங்குச் சந்தை பார்க்கிறோம். எனக்கு என்னவென்றே புரியவில்லை. இப்ப தான் தெரிந்தது. அது இரண்டு சதவீத மக்களுக்கான செய்தியென்று நாம் பிரம்மாண்டங்களுக்கு எதிரான கலாசாரத்தை உண்டு பண்ணவேண்டும். நாயகம் ஜனங்களின் நாயகமாக இருந்தால், அது ஊடகங்களின் நாயகமாக இருக்க முடியாது. ஒரு நாள் அறிஞனை முட்டாளாகக் காட்டும்.

பண்பாடு பற்றியெல்லாம் வாசிக்கிறவங்க குறைவு இதப்பத்தி யோசிக்கிறவங்க ரொம்ப குறைவு. பேசுறவங்க குறைவு. எழுதுறவங்க ரொம்ப குறைவு. எனக்கு ஒரு இங்கிலீஸ் படம் ஞாபகத்துக்கு வருது. ஆண்டவர் கொடுத்த பல கட்டளைகளை மோசஸ் தொலைத்துவிட்டுக் கடைசியாக உள்ளவற்றைதான் கடவுள் கொடுத்தார் எனச் சாதிப்பார். அது போல, நாம் எதை இழந்தோம் என்பதைக்கூட மறந்து விட்டோம். இழந்தோம் என்பதைவிட இழக்கப்படுகிறோம் என்ற உணர்வே இல்லாமல் இருக்கிறோம்" என வருத்தப்படுகிறார் ஆழ்வார். இதை பாரதி "கஞ்சி குடிப்பதற்குவழிஇலார், அதன் காரணம் ஏதுமென்று அறியிலார்" என்கிறார். நாம் எப்போதும் மேற்கேதான் பார்ப்போம். கிழக்கே சீனா, ஜப்பானை எல்லாம் பார்க்க மாட்டோம். எத்தனை பேருக்கு ஹோாட்டிஸ் என்ற அறிஞரை தெரியும்?

இறுதியாக வாசிப்பு என்பது யோசிப்பை தரும் யோசிப்பது மூலம் சமூக மாற்றம் ஏற்படுத்த வேண்டும். நாம் யோசிப்பதன் மூலம் ஜனங்களின் நிலையை மாற்றவேண்டும். பாரம்பரியமான அறிவுச்செல்வத்தை நாம் தக்கவைத்துக்கொள்ள போராட வேண்டும். எதையும் விற்கலாம். ஒன்றைத் திட்டமிட்டு பழசாக்கி புதியதை சந்தைப்படுத்தலாம் என்பது போன்ற பிரம்மாண்டங்களுக்கு எதிராகச் சிந்திக்கும் கலகக்குரல் தமக்கு வேண்டும். பண்பாடு என்பதைப் பற்றிய விழிப்புணர்வு நமக்கு வேண்டும். நன்றி"

பதிவு செய்தவர்: சித்திரவீதிக்காரன் (மதுரை மூன்றாவது புத்தகத் திருவிழாவில் பேரா.தொ.பரமசிவன் ஆற்றிய உரை)

12
டங்கல் என்னும் நயவஞ்சகம்

நினைக்க நினைக்க வியப்பாக இருக்கிறது. நாற்பது ஆண்டுக் காலத்திற்குப்பின் என்ன நடக்குமோ அதை, அப்படியே முன் கூட்டிச் சொல்ல வல்லவர்களைச் சித்தர்கள். முனிவர்கள், நடமாடும் தெய்வங்கள் என்றெல்லாம் சொல்வது உலக வழக்கம். ஆனால், உண்மையில் அப்படிச் சொன்னவர் யார் தெரியுமா? இந்த நடமாடும் தெய்வங்களையும், இதய தெய்வங்களையும் எதிர்த்துப் பெரும்போர் தொடுத்த "நம் அண்ணாதான்."

நம் சிந்தை, உடல் அணு ஒவ்வொன்றும் சிலிர்த்துப்போகச் செய்த அவரது 'தீர்க்கதரிசனத்தை நாம் தெரிந்து கொள்ள வேண்டும்.

நாற்பது ஆண்டுக் காலத்திற்குமுன் அண்ணா நாடகம் ஒன்றை எழுதியிருக்கிறார். இந்தியாவில் அப்போதிருந்த கிரேடி என்ற அமெரிக்கத் தூதுவர். "வெளிநாடுகளிலிருந்தும் மூலதனம், உதவி பெறாமலே கூட நீங்கள் நாட்டை அபிவிருத்தி செய்து கொள்ள முடியும் ஆனால் மூலதனம் ஏராளமாக ஏற்கனவே உள்ள நாடுகளின் உதவியைப் பெறாவிட்டால், உங்கள் நாட்டு அபிவிருத்தி தாமதப்படும். தக்க நிபந்தனைகளுடனும் சரியான நிலைமையிலும், பலர் பணம் கடன் கொடுக்கத் தயாராக உள்ளனர் என்பதை என் நாட்டு முதலாளிமார்கள் சார்பாக நான் கூற முடியும்" என்று பேசியிருக்கிறார்.

இதை எதிர்த்துத்தான் அண்ணா, 'சகவாச தோசம்' என்னும் இந்த நாடகத்தை எழுதியிருக்கிறார். (பூம்புகார் பதிப்பகம் வெளியிட்டுள்ள கட்டை விரல்' என்ற தொகுப்பில் இந்த நாடகம் வெளிவந்துள்ளது.

இந்தியா என்ற மாளிகையை, காகுர் என்ற அமெரிக்கா, காங்கிரஸ் கட்சி என்ற நபரை ஏமாற்றிக் கடன் கொடுத்து.

கொள்ளையடிக்கப் பார்க்கிறது என்பதுதான் இந்த நாடகத்தின் பொருளாகும்.

இன்றைய நிலைமையை நினைத்துப் பாருங்கள். ‘காட் ஒப்பந்தம்’ என்ற பெயரில் அமெரிக்கக் கம்பெனிகள் *500* இந்தியாவைக் கொள்ளையடிக்க நம் நாட்டில் இறங்கப் போகின்றன. அண்ணாவின் கணிப்பு நாற்பதாண்டுகளுக்குப் பிறகு கசப்பான நடைமுறை உண்மையாகப் போகிறது. தமிழினத்திற்குப் புதுவாழ்வு தந்த அண்ணா என்ற மாமனிதரின் காலைத் திராவிட இயக்கத் தொண்டர்கள் இனிமேலும் இதய தெய்வங்களிடம் பறிகொடுக்க மாட்டார்கள்.

“இந்தியா போன்ற மூன்றாம் உலக நாடுகளின் விஞ்ஞான வளர்ச்சிக்கு, ஆராய்ச்சிக்கு டங்கல் திட்டம் சாவுமணி அடிக்கும் நிலை உருவாகும். தற்சார்புத்தன்மை சூறையாடப்படும். நாட்டின் தொழில்வளம், மருந்துகள் தயாரிக்கும் உரிமை, விவசாயிகளின் உரிமை, துணி ஏற்றுமதி, தாவர வளர்ச்சி, கால்நடை வளர்ச்சி போன்ற அறிவு சார்ந்த எல்லாவற்றுக்கும் தடை ஏற்படும். வர்த்தகக் கண்டுபிடிப்பு உரிமை பறிக்கப்பட்டு, ஏகாதிபத்தியவாதிகளின் காலடியில் விழவேண்டிய கட்டாயம் ஏற்படும். கண்டுபிடிப்பு உரிமை என்ற பெயரால் பொருள்களின் விலைகள் மேலும் ஏற்றப்படும். சாதாரண மக்களுக்கு நோய்தீர்க்கும் மருந்துகூட எட்டாப்பொருளாகிவிடும். சுருக்கமாகச் சொல்லப்போனால், டங்கல் திட்டம் இந்தியாவின் பொருளாதார இறைமையைப் பாழ் படுத்திவிடும். இந்த மோசடித் திட்டத்தை எதிர்த்து அனைத்து முற்போக்கு சனநாயக சக்திகளுடன் இணைந்து குரல் கொடுக்க வேண்டும்”

டங்கல். டங்கல் என்கிறார்களே. அது என்ன?

டங்கல் என்பது ஒருவரது பெயர் ஆகும். ஆர்தர் டங்கல் *(Arthur Dunkel)* என்பது அவரின் முழுப்பெயர். அவர் காட் *GATT* என்ற அமைப்பின் முதன்மை இயக்குநராக இருந்தார். அவர் தயாரித்த திட்டம், அவருடைய பெயராலேயே ‘டங்கல் திட்டம் *(Dunkel Draft)* என்று அழைக்கப்படுகிறது.

காட் (GATT) என்றால் என்ன?

இரண்டாம் உலகப் பெரும்போருக்குப் பிறகு *1947*இல் அமெரிக்காவும் அதற்கு ஆதரவான மேலைநாடுகளும் சேர்ந்து ‘வரி, வர்த்தகப் பொது ஒப்பந்தம்’ *(General Agreement on*

Tariff and Trade) என்ற அமைப்பை உருவாக்கின. இந்த அமைப்பிற்குத்தான் 'காட்' என்று பெயர். அப்போதே இந்தியாவும் இதில் கையெழுத்துப் போட்டுள்ளது. முதலில் கையெழுத்திட்ட எல்லா நாடுகளும் தங்கள் நாட்டு வியாபாரத்தைப் பாதுகாத்துக் கொள்ளவும், வெளிநாட்டோடு வியாபாரத்தைப் பெருக்கிக் கொள்ளவும் ஒரு திட்டத்தை உருவாக்கிக் கொண்டன. ஏற்றுமதி. இறக்குமதித் தீர்வைகளை கட்டுப்பாட்டுக்குள் வைத்திருப்பதே இதன் நோக்கமாகும்.

அதன் பிறகு 1949, 1951, 1956, 1961, 1962, 1967, 1979, 1886 என்று ஒவ்வொரு முறையும் கூடிப்பேசும் போது ஒப்பந்தத்தின் அளவு பெரிதாகிக் கொண்டே வந்தது. 1986இல் உருகுவே நாட்டில் நடந்த 8வது சுற்றுப் பேச்சில், வளர்ந்த நாடுகள் விவசாயத்தையும் வியாபார எல்லைக்குள் அடக்க முற்பட்டன. மீண்டும் 1991இல் ஜெனீவாவில் கூடி. வளர்ந்த நாடுகளான அமெரிக்கா, கனடா, இங்கிலாந்து, செருமனி, பிரான்சு முதலிய நாடுகள் தங்களுடைய மேலாதிக்கத்தை நிலை நிறுத்தி, மற்ற நாடுகளை இத்திட்டத்தை ஏற்றுக்கொள்ள வைத்துவிட்டன. 1996 டிசம்பரில் 117 நாடுகள் இதிலே வேறுவழியில்லாமல் கையெழுத்துப் போட்டுவிட்டன. அதிலே இந்தியாவும் ஒன்று.

'வேறு வழியில்லாமல்' என்று சொன்னால் எல்லா நாடுகளும் விரும்பிக் கையெழுத்துப் போடவில்லையா? அல்லது எதிர்ப்புக் காட்டவில்லையா?

சில நாடுகள் முணுமுணுத்தன. ஒன்றும் பயனில்லை. கிராமத்தில் கந்துவட்டிக்காரனிடம் அகப்பட்ட ஏழை விவசாயியின் கதை மாதிரி, வளராத நாடுகள் அகப்பட்டுச் கொண்டன.

கந்து வட்டிக்காரன் என்றால்.....?

மேலே சொன்ன வளர்ந்த நாடுகள் 1944இல் உலக வங்கி என்ற அமைப்பையும் சர்வதேச நிதி நிறுவனம் (IMF)என்ற அமைப்பையும் ஏற்கனவே ஏற்படுத்தி வைத்திருந்தன. இந்த அமைப்புகளிடம் இந்தியா உட்பட ஏராளமான நாடுகள் கடன் வாங்கி உள்ளன. இந்த அமைப்புக்கள் கடன் கொடுக்கிறபோது ஏகப்பட்ட நிபந்தனைகளைப் போடும். அந்த நிபந்தனைகளின் படி நடந்தால் திரும்பக் கடனை அடைக்கிற சக்தி ஒரு நாட்டுக்கும் கிடையாது. 1986 வரை இந்த ஐ.எம்.எப்க்கும் உலக வங்கிக்கும் கடன் வாங்கிய நாடுகள் ஆண்டு ஒன்றுக்கு

10 ஆயிரம் கோடி ரூபாய் வட்டியாகவும் தவணையாகவும் கட்டிக் கொண்டுள்ளன.

இந்தியாவுமா இவர்களிடம் வாங்கிய கடனை அடைக்கவில்லை?

இந்த அமைப்புக்களிடம் கடன் வாங்கி வட்டி கட்டியே நாடுகள் ஓய்ந்து போயிருக்கின்றன. இந்தியாவும் இதில் அடக்கம். 1980இல் இந்திரா காந்தி தலைமை அமைச்சராகவும் வெங்கட்ராமன் நிதி அமைச்சராகவும் இருக்கிறபோதுதான் ஐ.எம்.எப்பில் முதலில் இந்தியா கடன் வாங்கியது. ஐ.எம்.எப். போட்ட நிபந்தனைகளையெல்லாம் மக்களுக்குத் தெரியாமல் மறைத்துவிட்டார்கள்.

நிபந்தனையோடு கூடிய கடன்... என்றால்?

கடன் வாங்கும் நாடுகளுக்கு திரும்பச் செலுத்தும் சக்தி இருக்கிறதா என்றுதானே கடன் கொடுப்பவன் பார்க்க வேண்டும். அதற்கும் மேலே போய், "நீ ஆண்டுதோறும் குறைந்தது இவ்வளவு தானியங்களை இறக்குமதி வேண்டும். கியூபாவுக்கு அரிசி ஏற்றுமதி செய்யக்கூடாது. உள்நாட்டில் இன்னின்ன பொருட்களின் விலையைக் கூட்ட வேண்டும்" என்றெல்லாம் நிபந்தனைகள் போட்டுத்தான் கடன் கொடுக்கிறார்கள்.

அதனால்தான் சொல்கிறார்கள்; இந்தியா போன்ற ஏழை நாடுகளுக்கு ஐ.எம்.எப்பும், உலக வங்கியும் பேய், பிசாசு பிடித்த மாதிரி, காட்' ஒப்பந்தம் இரத்தக் காட்டேரி அடித்தமாதிரி என்று. இது இந்தியப் பொருளாதாரத்தின் இரத்தத்தைக் குடித்து நம்மைச் சத்தற்ற நாடாக்கிவிடும்.

ஒப்பந்தம் நடைமுறைக்கு வரும்முன்னாலேயே ஏன் இவ்வளவு கடுமையாகச் சாடுகிறீர்கள்? அமெரிக்கா கனடா. செருமனி முதலிய நாடுகளெல்லாம் இந்தியாவின் எதிரி நாடுகளா, இல்லையே?

எதிரிநாடுகள் நம்மீது ஆயுதத் தாக்குதல்தான் தொடுக்கும். இந்த நாடுகளோ,நட்பு ஒப்பந்தம் என்ற பெயரில் அட்டைகளாய் நம்முடைய இரத்தத்தை உறிஞ்சிவிடும். இன்னொன்றையும் தெரிந்து கொள்ளுங்கள். இந்த வெளிநாட்டு அரசாங்கங்கள் நம்நாட்டில் முதலீடு செய்யப்போவதில்லை. அந்நாடுகளின் அரசாங்கத்தைக் கையில் வைத்திருக்கும் பெரிய பெரிய கம்பெனிகள்தான் நம் நாட்டில் முதலீடு செய்யப்போகின்றன.

இந்தக் கம்பெனிகள் நாணயமானவை அல்ல. அமெரிக்காவில் மட்டும் ஃபார்ச்சூன் 500 (Fortune 500) என்ற பட்டியலில் உள்ள 500 பெரிய கம்பெனிகள் உலக அளவில் வியாபாரம் செய்கின்றன.

இந்தியா மாதிரி ஏழைநாட்டில் இந்தத் தனியார் கம்பெனிகள் என்ன பெரிய இலாபம் சம்பாதித்துவிட முடியும்?

ஒன்றை நினைவிலே வைத்துக்கொள்ள வேண்டும். இந்தியர்கள் தான் ஏழைகள், இந்தியா ஏழைநாடு அல்ல. நெய்வேலி நிலக்கரி, நரிமணம் பெட்ரோல் போல இந்தியாவில் இன்னும் நாம் கண்டு பிடிக்காத அல்லது பயன்படுத்தாத மூலவளங்கள் நிறைய இருக்கின்றன. இந்தியாவிலேதான் மனித உழைப்பும் ரொம்ப மலிவாகக் கிடைக்கின்றது. நரிமணம் பெட்ரோலைக்கூட அந்நியக் கம்பெனிகள்தான் எடுத்துக் கொண்டுள்ளன. (நெய்வேலியில் நிலக்கரியிலும் நரிமணம் பெட்ரோலிலும் தமிழகத்திற்கு உரிய பங்குத்தொகை கிடைக்காததற்கு மத்திய அரசு மட்டுமல்ல. இந்த அந்நியநாட்டுக் கம்பெனிகளும் காரணமாகும்) எனவே தான் வளர்ந்த நாடுகள் இந்தியா மீது கண் வைத்துள்ளன.

இவர்கள் நாணயமானவர்கள் அல்லர் என்று எப்படிச் சொல்லுகிறீர்கள்?

ஒன்றிரண்டு உதாரணம் சொல்லுகிறேன். 1984 டிசம்பரில் போபால் நகரத்திலே ஒரு கம்பெனிக் கிடங்கிலிருந்து நச்சுவாயு (மித்தில் ஐஸோ ஸ்பனைடு) கசிந்து 4000க்கும் மேற்பட்ட ஏழை மக்கள் இறந்தார்கள். ஏராளமான கால்நடைகள் இறந்தன. கண்கள், சுவாசப்பை முதலிய உறுப்புகள் பாதிக்கப்பட்ட மக்கள் பல்லாயிரம் பேர் இன்னம் அவதிப்படுகிறார்கள். தங்களுக்குரிய நட்டஈட்டுத் தொகையைப் பத்தாண்டுக் காலம் கழித்து அவர்களில் மிகச்சிலர்தான் இதுவரை பெற்றிருக்கிறார்கள். நாலாயிரம் இந்திய மக்கள் செத்தபிறகும் கூட 'இந்திய நீதி மன்றங்களுக்குத் தாங்கள் வெளிநாட்டுக் கம்பெனி என்பதால் தங்களை விசாரிக்க உரிமையில்லை' என்று அந்தக் கம்பெனி வாதாடியது. 'யூனியன் கார்பைடு' என்ற அந்த அமெரிக்கக் கம்பெனி தயாரிக்கும் எவரெடி செல்லை (பேட்டரியை)த்தான் நாம் இன்னும் காசு கொடுத்து வாங்கிக் கொண்டிருக்கிறோம். இன்னொரு கம்பெனி, கார்கில்ஸ் என்கிற அமெரிக்க (கனடா) கம்பெனி. இந்த கம்பெனிக்கு இரண்டு

ஆண்டுகளுக்கு முன்னால், நமது மத்திய அரசாங்கம் குஜராத்தில் 'அயோடின்' கலந்த உப்புத் தயாரிக்க ஆயிரக்கணக்கான ஏக்கர் நிலத்தை ஒதுக்கியது. அதாவது அந்நியர்களை எதிர்த்து காந்தியடிகள் உப்புச் சத்தியாகிரகம் நடத்திய அதே குஜராத்தில், இவர்கள் உப்புத் தயாரிக்க அந்நியக் கம்பெனியை அழைத்து வந்தார்கள். ஆனால் அந்தப்பகுதி மக்கள் திரண்டெழுந்து அந்த முயற்சியை எதிர்த்துப் போராடினார்கள். ஜனதாதளத்தின் தலைவர்களில் ஒருவரான ஜார்ஜ் பெர்னான்டஸ் எம்.பி. அந்தப் போராட்டத்தை முன்னின்று நடத்தினார். மக்களின் எதிர்ப்பைத் தாக்குப்பிடிக்க முடியாத கார்க்கில்ஸ் கம்பெனி 1993 செப்டம்பரில் அத்திட்டத்தைக் கைவிட்டுவிட்டது. இதெல்லாம் 'காட்' ஒப்பந்தத்தில் இந்தியா கையெழுத்து போடுவதற்கு முன்பு நடந்த விசயங்கள் என்பதை நினைவில் வைக்க வேண்டும். '

அப்படியானால் இந்தக் கம்பெனிகள்தான் இனிமேல் இந்தியாவில் மூலதனம் போட்டு வியாபாரம் செய்யப்போகின்றனவா?

இனிமேல், என்ன, ஏற்கனவே நாம் காசு கொடுத்து வாங்கிக் கொண்டிருக்கிற மருந்துகளில் பல, இந்த வெளிநாட்டுக் கம்பெனிகள் இந்தியாவில் தயாரிப்பவைதான். நம்முடைய ஆங்கில மருந்துக் கடைகளில் போய்ப் பார்த்தால் தெரியும். பார்க் டேவிஸ், சிப்லா, சிபா கெய்கி, கூப்பர், சாண்டஸ், பாயர், ராலிஸ், ஹோஸ்ட் *(Hoeshst)* இவையெல்லாம் அமெரிக்க செருமனிய, கனடா, ஸ்விஸ் நாட்டுக் கம்பெனிகள். கடந்த மாதம் நமது பிரதமர் செருமனிக்குப் போயிருந்தபோது சிபா கெய்கி கம்பெனியினர் இந்தியாவில் தொழிலை விஸ்தரிப்பது தொடர்பாக அவரைச் சந்தித்திருக்கிறார்கள். அது மட்டுமல்ல பல நாடுகளில் தடை செய்யப்பட்ட மருந்துகளைக் கூட இவர்கள் இந்தியாவில் விற்றுக் கொண்டுள்ளார்கள். இந்திய அரசும் அதை அனுமதித்துக் கொண்டுள்ளது. இவர்கள் மருந்து விற்கிறார்களா? நஞ்சு விற்கிறார்களா? என்று ஏற்கனவே இந்திய விஞ்ஞானிகள் இவர்களோடு சண்டை போட்டுக் கொண்டிருக்கிறார்கள்.

இந்த காட் (GATT) ஒப்பந்தத்தால் புதிதாக இந்தக் கம்பெனிகள் நமக்கு என்ன கேடு செய்துவிட முடியும்? மருந்தைப் பொறுத்தமட்டில் நாம் அதிகமாக பிடிவாதம் பிடிக்க முடியாது அல்லவா?

அப்படி இல்லை, எந்த வெளிநாட்டு ஒப்பந்தமும் நம்முடைய உள்நாட்டுத் தொழில் வளர்ச்சியை முடக்கக்கூடாது. அல்லவா? 1987லேயே ராஜீவ்காந்தி நம்முடைய மருந்து கட்டுபாட்டுத் திட்டத்தைத் தளர்த்தி இந்தக் கம்பெனிகள் கொள்ளை இலாபம் அடிக்கவழி செய்தார். இப்பொழுது மிச்சம் இருக்கிற கட்டுப்பாடு களையும் தளர்த்துகிறார்கள். ஒரு உதாரணம் சொல்ல வேண்டுமானால் கிளாக்சோ (Glaxo) என்ற வெளிநாட்டு கம்பெனி தயாரிக்கிற சாண்டாக் என்கிற குடல்புண் மருந்து 10 மாத்திரை விலை இப்பொழுது இந்தியாவில் 29 ரூபாய் தான், பாகிஸ்தானிலே இதே 10 மாத்திரை 260 ரூபாய். அமெரிக்காவிலே வி டாலர் (அதாவது 70க்கும் மேல்). நாம் இந்த ஒப்பந்தத்திலே உள்ளபடி எல்லா மருந்துக் கட்டுப்பாட்டுச் சட்டங்களையும் நீக்கினால் இந்த மருந்து விலைகள் குறைந்தது 10 பங்காவதுகூடும். ஏழை மக்கள் மருந்து வாங்கமுடியாது. அது மட்டுமல்ல. இப்பொழுது நம் நாட்டுக் கம்பெனிகள் தயாரித்து வெளிநாட்டிற்கு ஏற்றுமதி செய்யக்கூடிய மருந்து வியாபாரமும் படுத்துவிடும்.

இந்தியா பெரும்பாலும் விவசாயநாடு தானே. இந்தக் கம்பெனி வியாபாரம் விவசாயத்தைப் பாதிக்காது அல்லவா? அந்த அளவிற்கு நிம்மதி தானே?

இல்லை! இல்லை! இந்த ஒப்பந்தத்தின் மூலம் இந்திய மக்களின் தலையில் இடிவிழுகிற இடமே அதுதான். இந்த ஒப்பந்தம் விவசாயத்தையும் கம்பெனி வியாபாரத்தோடு சேர்த்துப் பார்க்கிறது.

விவசாயம் எப்படி கம்பெனி வியாபாரமாகும்?

இந்த வளர்ந்த நாடுகளைச் சேர்ந்த கம்பெனிகள் செய்கிற பெரிய வியாபாரமே விதை வியாபாரந்தான். அதிகமகசூல் விதை, வீரிய விதை. ஒட்டுவிதை என்ற பெயரில் விவசாய நாடுகளுக்கு விதை வியாபாரம் செய்துவிட்டு, "அந்த விதையை நாங்கள்தான் கண்டு பிடித்தோம். ஆகவே ஒவ்வொரு ஆண்டும் எங்களுக்கு அதற்குரிய (வடிவுரிமைப் பங்கு) தரவேண்டும்" என்று பிடுங்கித் தின்றுகொண்டு இருக்கின்றனர்.

இந்த நிறுவனங்கள் எந்த நாட்டைச் சேர்ந்தவை?

அமெரிக்காவைச் சேர்ந்த கார்கில், எப்.எம்.சி., மோன் சாண்டோ, அப்ஜான் ஆகியவையும் சுவிட்சர்லாந்தைச் சேர்ந்த

சிபா கெய்கி நிறுவனமும் இதிலே முக்கியமானவை. பிரிட்டனைச் சேர்ந்த ராயல் டச் என்ற கம்பெனியும் முக்கியமானது.

உப்புத் தயாரிக்க குசராத்திற்கு வந்த கார்கில் கம்பெனிதானே இதுவும்?

அதே திருடர்கள்தான் இவர்கள் ! ஏற்கனவே இந்தியாவிலே கால் வைத்து இருக்கிறார்கள். இந்தியாவில் இவர்கள் விதைவிற்கும் இலட்சணத்தைச் சொல்லட்டுமா? 'கார்கில் சீட்ஸ்' என்ற பெயரில் இவர்கள் பெங்களூரில் வியாபாரம் தொடங்கினார்கள். கர்னாடகத்தில் 1 ஏக்கருக்கு 8 குவிண்டால் சூரியகாந்தி விளைகிறது. இந்தக் கம்பெனிக்காரர்கள், நாங்கள் விற்கிற விதையில் ஏக்கருக்கு 16 குவிண்டால் விளையும்' என்று விவசாயிகளை ஏமாற்றினார்கள். விவசாயிகள் வாங்கி விதைத்த பிறகு நிறைய இரசாயன உரங்களைப் போடச் சொன்னார்கள். விவசாயச் செலவும் கூடிப் போயிற்று. கடைசியில் ஏக்கருக்கு5 குவிண்டால் தான் விளைந்தது. கர்நாடக விவசாய சங்கத்திற்குக் கோபம் வந்து விட்டது. விவசாயிகள் கார்கில் கம்பெனி அலுவலகத்திற்கு வந்து சூறையாடி விட்டுப்போனார்கள். அதற்குப் பிறகு இந்த அமெரிக்க கம்பெனி திமிராக அறிக்கை விடுகிறது. நாங்கள் இந்த வன்முறைக்கெல்லாம் பயப்படமாட்டோம்'. என்று இந்தத் தைரியத்தை இவர்களுக்கு யார் கொடுத்தது?

அதையும் யோசிக்க வேண்டும்? இப்போது இன்னொரு சந்தேகம் ஏற்கெனவே நாம் ஐ ஆர். 8 ஐ.ஆர் 20. மாதிரி ஒட்டு விதைகளைப் பயன்படுத்திக் கொண்டிருக்கிறோம். அந்த விதைகளும் இவர்களிடம் வாங்கியதுதானா?

நம்முடைய விவசாயத்தின் அழிவே அங்குதானே தொடங்கியது. இந்திரா காந்தி ஆட்சிக்காலத்தில் பிலிப்பைன்ஸ் நாட்டிலிருந்து வந்தவை. அங்கே ஒரு சர்வதேச அரிசி ஆராய்ச்சி நிலையம் இருக்கிறது. அது பிலிப்பைன்ஸ் நாட்டிலே இருந்தாலும் அதற்குப் பணம் கொடுத்து அதனைப் பின்னால் இருந்து நடத்துபவர்கள் அமெரிக்கக் கம்பெனிகள்தான். இவர்கள் கால் வைத்ததால்தான் நம்முடைய பூமி பாழாகத் தொடங்கியது.

எப்படி?

இவர்கள் வியாபாரத்திற்குக் கொண்டு வருகிற விதைகள் எல்லாம் அதிகமாக இரசாயன உரத்தைச் (யூரியா,

கம்ப்ளக்ஸ், பொட்டாஷ்) சாப்பிடும் இரகங்களாகும். அந்த உர வியாபாரத்திலும் அந்த பன்னாட்டுக் கம்பெனிகள் நம்மிடம் கொள்ளை அடித்தன. இந்தப் புது இரக விதைகளில் புதுப்புது நோய்கள் வரும். அதற்கான டி.டி.ட்டி. (D.D.T.) பூச்சிக்கொல்லி மருந்துகளையும் இந்தப் பன்னாட்டுக் கம்பெனிகளே விற்கும். "மொத்தத்தில், இந்தக் கம்பெனிகள் நம்மை ஒவ்வொரு கட்டத்திலும் கொள்ளை அடிக்கும்; கொள்ளை அடித்துக் ஆக கொண்டிருக்கின்றன. நமது விவசாயிகளுக்குக் கடைசிவரை தெரியாமலேயே போய்விட்ட ஒரு உண்மையையும் சொல்லட்டுமா?

இது என்ன, புதைசேற்றில் அகப்பட்டவன் கதையாக இருக்கிறது. சொல்லுங்கள்?

அப்படித்தான். புதைசேற்றில் அகப்பட்டவன் எழுந்திருக்க முயற்சி பண்ணும் போதெல்லாம் திரும்ப திரும்ப உள்ளே போவது மாதிரி தான். 1973ஆம் ஆண்டு ஒரு பஞ்சம் வந்ததே நினைவிருக்கிறதா? ஐ.ஆர்.8 நெல் விதைகளோடு வந்த 'துங்க்ரோ வைரஸ்' என்னும் நோய்க்கிருமிதான் அப்போது பயிர்களை அழித்துப் பஞ்சத்தை உண்டாக்கியது என்று இப்போது விஞ்ஞானிகள் சொல்கிறார்கள்.

அப்படியானால் இந்த விதைகளை விட்டுவிட்டு நம் நாட்டு இரகங்களையே பயிர் செய்யலாமே?

நாம் நினைத்தாலும் அது ஒன்றும் உடனடியாக நடக்காது. பெருமளவிற்கு நம்முடைய நாட்டு இரகங்களையெல்லாம் நாம் தொலைக்குமாறு செய்துவிட்டார்கள். 1000, 2000 வகை விதை களை நட்டுக்கொண்டிருந்த நாம் இப்போது 4,5 இரகங்களோடு நின்று விட்டோமே! இவர்கள் சொன்ன புதிய உரங்களைப் போட்டுப் போட்டு நம்முடைய வயல்களெல்லாம் கிழடு தட்டிப் போய் விட்டதையும் மறந்து விடக்கூடாது. இந்த ஒப்பத்தத்தில் கையெழுத்துப் போட்ட பாவத்திற்கு இனி ஆண்டுதோறும் அவர்களுக்குக் 'இராயல்டி' என்ற பெயரின் 'கப்பம்' கட்ட வேண்டும்.

மறுவிதைப்பிற்குத்தான் நாமே விதைகளை எடுத்துக் கொள்ளலாமே. இவர்களிடம் வாங்கத் தேவையில்லையே?

அப்படி ஒப்பந்தம் போட அந்நிய நாட்டுக்காரன் என்ன முட்டாளா? முதல் 30 ஆண்டுக்கு நாம் ஆண்டுதோறும் கப்பம் கட்டி ஆகவேண்டும்.

சரி. அந்த விதையே போடாமல் வேறு விதையைப் போட்டுவிட்டால் அவர்கள் கப்பம் கேட்க முடியாதல்லவா?

அதுவும் கிடையாது! நாங்கள் அந்த உயர் மகசூல் விதைகளைப் போடவில்லை' என்று நீங்கள் வலியப் போய் நிரூபித்து ஆகவேண்டும்.

அவர்கள் கேட்டால்தானே?

அவர்கள் கேட்காமலேயே நீங்களாகவே வலியச் சென்று நிருபிக்க வேண்டும், என்பதுதான் ஒப்பந்தத்தில் உள்ள விதி. அதாவது (*Burdonof Proff*) நான் தவறு செய்யவில்லை' என்று திருபிப்பது தேசபக்தி உள்ள இந்திய விவசாயியின் கடமை!

அப்படியென்றால் இந்திய விவசாயி அந்நிய நாட்டுக் கம்பெனிகளுக்கு அடிமையா?

இந்தியாவின் பிரதமரும் நிதிஅமைச்சரும் இந்திய விவசாயிகளை அப்படித்தான் ஆக்கி இருக்கிறார்கள். இதுதான் பச்சையான உண்மை.

இந்த ஒப்பந்தக்கொடுமை வேறு எந்த எந்தத் துறைகளையெல்லாம் பாதிக்கும்?

துணிகளுக்கான செயற்கை இழை தயாரிக்கும் அந்நியக் கம்பெனிகள் இங்கு வந்து இறங்கப் போகின்றன. அதிலே டூபாண்ட்' என்று ஒரு பெரிய கம்பெனி. அவர்கள் கோவாவிலே தாப்பர் என்கிற இந்தியக் கம்பெனியோடு சேர்ந்து செயற்கை இழை தயாரிக்க ஒப்பந்தம் போட்டிருக்கிறார்கள். இன்னும் 10, 15 ஆண்டுகளிலே இந்தியாவின் ஜவுளித் தொழிலும் நசிந்து போய்விடும்.

இப்படியெல்லாம் ஒப்பந்தம் போட்டால் நம் இந்தியச் சுதந்திரம் என்னாவது?

இந்தக் கேள்வியைத்தான் இந்தியாவில் உள்ள எல்லா அரசியல் கட்சிக்காரர்களும் கேட்கிறார்கள். படித்தவர்கள் கேட்கிறார்கள்; நாட்டுப்பற்றுள்ள விஞ்ஞானிகள் கேட்கிறார்கள்; மேற்கு வங்க அரசாங்கம் இதை எதிர்த்து வழக்குப் போட்டு

இருக்கிறது. பாரதீய சனதாக் கட்சி முதலில் ஆதரித்தது. உள்நாட்டு முதலாளிகளுக்குப் பிழைப்புப் போய்விடுமே என்ற பயத்தில் அதுவும் இப்போது எதிர்க்கிறது. மார்ச் 29இல் நாடாளுமன்றத்தில், ஒப்பந்தம் போட்டவர்களின் செயல் *(Surrender of Sovereighnty)* இந்திய இறையாண்மையைப் பலி கொடுத்துவிட்டதாக ஜார்ஜ் பெர்னாண்டஸ் சாடியிருக்கிறார்.

சரி, இந்திய விவசாயத்தின் மீது இவர்கள் தாக்குதல் எந்த எந்த வகையிலெல்லாம் வரும்? வருமா?

ஏற்கனவே வந்துவிட்டது. 1992 டிசம்பரில் இதே மன்மோகன்சிங்கும் நரசிம்மராவும் அந்நிய செலவாணியைச் சேமித்து இந்தியாவைக் காப்பாற்றப் பிறந்தவர்கள். 30 இலட்சம் டன் கோதுமையை இறக்குமதி செய்தார்கள். கனடாவில் இருந்து 10/2 இலட்சம் டன், ஆஸ்திரேலியாவிலிருந்து 10 இலட்சம் டன், அமெரிக்காவில் இருந்து 9 இலட்சம் டன் வாங்கினார்கள். இந்தியா விவசாயி குவிண்டால் ஒன்றுக்கு 350 ரூபாய் விலையில் கோதுமை தரத் தயாராய் இருந்தான். ஆனால் இவர்கள் குவிண்டால் 517 ரூபாய் விலையில் வெளிநாட்டில் வாங்கினார்கள். இந்த ஒரு வியாபாரத்திலே மட்டும் 1500 கோடி ரூபாய் அந்நிய செலாவணி பாழாகப் போயிற்று.

அது மட்டுமல்ல, அதற்கும் கொஞ்சம் முன்னாலே அமெரிக்கா விடம் இந்தியா மானியவிலைக்குக் கோதுமை கேட்ட போது, “நீங்கள் எங்கள் எதிரி நாடான கியூபாவிற்கு அரிசி ஏற்றுமதி செய்கிறீர்கள். உங்களுக்கு கோதுமை தரமுடியாது”. என முகத்திலடித்தாற் போலக் கூறியது. அமெரிக்கா. பிறகு ‘கியூபாவிற்கு நாங்கள் அரிசி அனுப்புவதை நிறுத்திக் கொள்கிறோம்’ என்று இந்தியா அதிகாரிகள் அமெரிக்க விவசாயத்துறை செயலாளரிடம் கெஞ்சினார்கள். மடியில் இருப்பதும் போய் மானமும் போன கதையாயிற்று.

ஆக, இந்திய விவசாயி அழிந்தே போவானா?

விவசாயி மட்டுமல்ல, ரேசன் கடைகளில் (நியாயவிலைக் கடைகளில்) வாங்கிச் சாப்பிடுகிற ஏழை மக்களும் அதோகதிதான். நியாயவிலைக் கடைகளில் வழங்கும் அரிசி, கோதுமை முதலியவற்றிற்கு மானியம் கொடுத்து அரசாங்கம் விலையைக் கட்டுப் பாட்டிற்குள் வைத்திருக்கிறது. இந்த மானியத்தைக் கொடுக்காதே என்று 1986லிருந்து உலக வங்கி இந்தியாவிற்கு நெருக்கடி கொடுத்துக் கொண்டே

இருக்கிறது. டங்கல் திட்டமும் இதேதான் சொல்கிறது. அதாவது வெளிச்சந்தை விலையும் ரேசன் விலையும் ஒன்றுபோல இருக்க வேண்டுமாம். இந்த முதலாளிகளின் பேச்சைக் கேட்டு 1993லேயே மத்திய அரசாங்கம் இந்த மானியத்திலே 124 வெட்டிவிட்டது. அரிசி விலை கூடிப் போயிருக்கிறது. இப்பொழுது மண்ணெண்ணைக்கும் சந்தை விலை கூடிவருகிறது. நியாயவிலைக் கடைகளின் அளவு குறைந்து வருகிறது. மண்ணெண்ணெயிலும் நாம் கணிசமான அளவு இறக்குமதி செய்கிறோம். அதை விற்றுவரும் வெளிநாட்டு முதலாளிக்கு இலாபம் குறைந்தால் நம் நிதியமைச்சருக்குத் தூக்கம் போய்விடுமே.

டங்கல் திட்டம். ஐ.எம்.எப்.உலக வங்கி இவற்றையெல்லாம் மற்ற நாடுகள் எதிர்க்கவில்லையா?

எதிர்த்திருக்கிறார்கள். எதிர்த்து வருகிறார்கள். நைஜீரியா, செனகல், பிரேசில், பொலிவியா, தாய்லாந்து ஏன், ஜப்பான் மக்கள் கூட இந்தத் திட்டத்தை எதிர்க்கிறார்கள். ஆப்பிரிக்காவில் சகாராப் பாலைவனத்தைச் சுற்றியுள்ள ‘சகாரா நாடுகள் எனப்படும் நாடுகள், இவர்களை எதிர்க்கக்கூடச் சக்தி இல்லாமல் நொறுங்கிப் போய்விட்டன. இந்தியா மாதிரி வலுவான நிறைய மக்கள் தொகை உள்ள நாடுகள் எதிர்த்தால் வெற்றிபெற முடியும்.

ஒட்டு மொத்தமாக என்னென்ன விளைவுகள் உண்டாகும் என்று கணக்கிட்டுச் சொல்லுங்களேன்?

1) தேசமே சீரழியும் என்பதுதான். முதலில் பொது விநியோகமுறை சீரழிக்கப்படும்; அதைத் தொடர்ந்து மார்க்கெட் விலை உயரும். ஏழைமக்கள் உணவுக்கும் மருந்துக்கும் நிறையச் செலவழிக்க வேண்டும். விலைகளைக் கட்டுப்படுத்துகின்ற அதிகாரத்தை மத்திய அரசாங்கமும், மாநில அரசுகளும் இழந்துபோகும்.

2) வளர்ச்சி பெற்றிருக்கிற தொழில்முறைகள் சிறுகச் சிறுக அழிக்கப்படும். முதலில் குறைந்த விலையில் பொருட்களை இறக்குமதி செய்து உள்நாட்டுக் கம்பெனிகளை மூட வைப்பார்கள். தொழிலாளர்கள் வேலை இழந்து போவார்கள். பிறகு அதே பொருளுக்குப் போட்டி இல்லாத காரணத்தால் அவர்கள் வைத்தது தான் விலையாக இருக்கும். அதாவது

தேசத்தில் இருக்கிற கொஞ்ச நஞ்சம் பொருளாதார நீதியும் அழிக்கப்படும்.

3) நல்ல இலாபத்தில் இயங்கிக் கொண்டிருக்கிற நெய்வேலி நிலக்கரி நிறுவனம் போன்ற பொதுத்துறை நிறுவனங்கள் தனியாருக்கு மாற்றப்படும். அதனால் இடஒதுக்கீட்டுக் கொள்ளை அங்கே செல்லும்படி ஆகாது. பெரியார் போராடிப் பெற்ற அண்ணா போராடிக் காத்த வேலைவாய்ப்பு உரிமை, வி.பி. சிங் அரசு தந்த மண்டல் குழுவினால் கிடைத்த வேலைவாய்ப்பு உரிமை முற்றிலுமாகப் பறிக்கப்படும். ஆகவே இந்தியாவில் சமூகநீதியும் அழிக்கப்படும்.

4) கல்விக்கான மானியங்களை மத்திய மாநில அரசுகள் வெட்டத் தொடங்கிவிட்டன. இணைப்பு என்ற பெயரில் மாநகராட்சிப் பள்ளிகள் சிலவற்றை சென்னையில் மூடத் தொடங்கிவிட்டார்கள். ஐந்தாம் வகுப்புவரை உள்ள தொடக்கப் பள்ளிகளையே மூடும் அபாய நிலையை நாம் தொட்டுவிட்டோம். தமிழ்நாட்டில் மட்டும் இதுவரை தொடக்கப் பள்ளியில் 10 ஆயிரம் ஆசிரியப் பணி இடங்கல் நிரப்பப்படாமல் உள்ளன. ஆட்சியில் இருக்கிற அம்மாவின் அரசாங்கம் பட்ஜெட்டில் இதுபற்றி மூச்சுவிடக்கூட இல்லை, நம்முடைய தொலைக்காட்சியிலும் பத்திரிக்கையிலும் பகட்டான விளம்பரங்களும் வக்கிரமான விளம்பரங்களும் பெருங்கி கொண்டு போகின்றன. உள்நாட்டு, வெளிநாட்டுத் தனியார் கம்பெனிகளின் திருவிளையாடல்களில் இதுவும் ஒன்று. 30 ரூபாய்ப் பொருளுக்கு 50 ரூபாய்க்கு விளம்பரம் செய்து 180 ரூபாய்க்கு அதை விற்பது அமெரிக்கக் கலாச்சாரம். பள்ளிக்கூடங்களை மூடிவிட்டு பகட்டான விளம்பரங்களுக்கு வாழ்வு கொடுத்தால் நம்நாட்டுப் பண்பாடும் அழிந்து போகும்.

கடந்த மார்ச் கடைசி வாரத்தில் அமெரிக்க நாட்டின் வர்த்தகத்துறை துணைச்செயலர் இராபின் ஃரபேல் இந்தியாவுக்கு வந்துவிட்டுப் போனார். அரசாங்கத்தின் மரபுகளை எல்லாம் மீறி அவருக்கு வரவேற்புக் கொடுத்திருக்கிறார்கள். மக்களை மறந்த காங்கிரசாரும், மைய அரசும்.

மார்ச் 29, 30 தேதிகளில் டங்கல் திட்டம் பற்றிய நாடாளுமன்ற விவாதத்தில் அனைத்துக் கட்சிகளும் ஒன்று திரண்டு இதை எதிர்த்திருக்கின்றனர். டெல்லியில் நடந்த ஆர்ப்பாட்டத்தில் ஜனதாதள தலைவர் ஜார்ஜ் பெர்னாண்டஸ்

எம்.பி. மூவாயிரம் பேருடன் கைது செய்யப்பட்டிருக்கிறார். "ஆயிரம் சமாதானங்கள் கூறினாலும் புதிய காலனி ஆதிக்கம் ஏற்படுவதைத் தடுக்கமுடியாது என்று தோன்றுகிறது" என்று தினமணி நாளிதழ் *(2-4-94)* தனது வருத்தத்தை வெளியிட்டது.

இந்தியாவில் வெளிநாட்டுக் கம்பெனிகள் நிறைய வரப் போகின்றன. மிக உயர்ந்த சம்பளம் கிடைக்கும்' என்று படித்தவர்கள் சிலர் இங்கு மனப்பால் குடித்து வருகின்றனர். அண்மையில் வந்திருக்கின்ற செய்தி அவர்கள் கனவையும் கலைத்துவிட்டது. காட்'டுக்கான அமெரிக்க அதிகாரி ஸ்கிமிட் என்பவர் 'தொழிலாளர்களின் தரம், சம்பளம், ஆகிய விசயங்களையும் ஒப்பந்தத்தில் சேர்க்க வேண்டுமென்று மிரட்டி வருகிறார். இதற்கு உண்மையான பொருள் என்ன?

"எங்கள் நாட்டில் அதே வேலைக்குரிய சம்பளத்தை உங்கள் நாட்டு தொழிலாளர்களுக்குத் தரமாட்டோம். ஏழைநாடுகளில் உள்ளதுபோலக் குறைத்துத்தான் தருவோம்' என்பதுதான்.

அனுபவம் மிகுந்த பத்திரிகையாளரான குல்தீப் நய்யார் எழுதியுள்ள *(2-4-94 தினமணி)* செய்திகளோடு இந்தக் கட்டுரையை முடிக்கலாம்.

"முன்பு எப்போதையும் விட இப்போது நெருக்கடி கடுமையாக இருக்கிறது. இந்த விசயத்தில் உலக வங்கியும், ஐ.எம் எஃப்பும் சேர்ந்து கொண்டுவிட்டன. இவை ஒரு விவகாரத்தில் தலையிட ஆரம்பித்துவிட்டதென்றால் அவர்கள் சுட்டிக்காட்டுகிற இடத்தில் கையெழுத்துப் போடுவதுதான் நமது வழக்கமாக இதுவரை இருந்து வந்திருக்கிறது. டங்கல் ஒப்பந்தத்துக்கு எதிராகத் தன்னந் தனியாகத்தான் போராட வேண்டியிருக்கும். இதனால் நிர்க்கதியான நிலையிருக்கிறோம் என்று அரசு கூறுகிறது. ஆனால் இது உண்மையல்ல. இந்தியாவைவிடக் கடுமையாக மலேஷியா தனது தீர்ப்பைத் தெரிவித்துள்ளது."

சுருக்கமாகச் சொல்வதானால் 'டங்கல்' என்பது ஒரு நயவஞ்சகத்திட்டம்.

இக்கட்டுரை மதுரையிலிருந்து குறுநூலாக 1994இல் வெளியிடப்பட்டது.

13
தமிழ்ப் புத்தாண்டு

தமிழகத்தில் கொண்டாடப்படும் வேறெந்தப் பண்டிகைகளையும் விடவும் பொங்கலுக்குச் சிறப்பான தனித்துவம் உண்டு. இரண்டு அம்சங்களில் பொங்கல் மற்ற பண்டிகைகளில் இருந்து வேறுபடுகிறது. முதலாவதாக இது ஒரு தேசிய இனத் திருவிழா. சாதி, சமயங்களுக்குள் மற்ற பண்டிகைகள் சிறைப்பட்டுக் கிடக்க, பொங்கல் மட்டும் ஓர் இனத்திருவிழாவாகத் கொண்டாடப் படுகிறது. இரண்டாவதாக, பொங்கல் என்பது தீட்டு அணுகாத திருவிழா. பொங்கலுக்கு பிறப்பு, இறப்பு தீட்டுக்கள் கிடையாது. ஒரு வேளை பொங்கலன்று காலையில் ஏதேனும் அசம்பாவிதங்கள் நிகழ்ந்தாலும், மிக விரைவாகச் சடங்குகளை முடித்துவிட்டு, வீட்டைப் பூசி மெழுகிப் பொங்கல் கொண்டாடும் பழக்கம் இன்றும் நெல்லை மாவட்டத்தில் உள்ளது.

சேனை, சேம்பு, கருணை, சிறுகிழங்கு, பனங்கிழங்கு ஆகிய மண்ணுக்கு அடியில் விளையக்கூடிய கிழங்கு வகைகள் பொங்கலுக்குப் படைக்கப்படுபவை. இவை உயர் சாதியினர் எனச் சொல்லப்படுபவர்களால் விலக்கப்பட்டவை. இன்றும் பெருங்கோயில்களில் பயன்படுத்தப்படவில்லை என்பதை நாம் கவனத்தில் கொள்ள வேண்டும். இதுவே பொங்கல் எளிய மக்களின் இனிய கொண்டாட்டம் என்பதற்குச் சாட்சி.

தைப்பொங்கலை அடுத்து தென்மாவட்டங்களில் கொண்டாடப்படும் திருவிழா ‘சிறுவீட்டுப் பொங்கல். மார்கழி மாதம் முப்பது நாட்களும் அதிகாலையில் வாசல் தெளித்துக் கோலமிட்டு, சாணத்தில் பூச் செருகி வைக்கும் பழக்கம் பீர்க்கு, பூசணி, செம்பருத்தி ஆகிய பூக்களே சாணத்தில் செருகப்படும். மாலையில் வாடிவிடும் இந்த பூக்களைச் சாணத்துடன் சேர்த்துக் பூசணி, சாயவைத்துவிடுவார்கள். பொங்கல் முடிந்து 8-15 நாட்கள் கழித்து சிறுவீட்டுப்பொங்கல் கொண்டாடப்படும்.

பெண் பிள்ளைகளுக் காகவே வீட்டுக்குள் களிமண்ணால் ஆன சிறு வீடு கட்டப்படும். பொங்கல் அன்று சிறுவீட்டு வாசலில் பொங்கலிடப்படும். பிறகு. பொங்கலையும் பூக்களால் ஆன எருத்தட்டுக்களையும் பெண்கள் ஆற்றில் விடுவர்

மார்கழித்திங்கள் மதிநிறைந்த நன்னாளால் நீராடப் போதுவீர், போதுமினோ நேரிழையீர்' என்னும் திருப்பாவைப் டல் பலரும் அறிந்த ஒன்று. ஆனால், சங்க இலக்கியங்களில் தை நீராடல் குறித்தும் குறிப்பிடப்படுகிறது. 'தாயருகே நின்று தவத் தைந்நீராடுதல் நீயறிதி வையை நதி' என்கிறது பரிபாடல். இங்கே நாம் கவனத்தில் எடுத்துக்கொள்ள வேண்டியது ஆண்டாள் தன் திருப்பாவையில் மார்கழி முதல்நாளைக் குறிப்பிடவில்லை. மதிநிறைந்த நன்னாள் என்றுதான் மதிநிறைந்த நன்னாள் என்பது பௌர்ணமி,

எனவே, திருப்பாவை நோன்பு மார்கழிப் பௌர்ணமியில் தொடங்கி தை மாதம் பௌர்ணமியில் முடிகிறது. தைப்பூசம் என்பது தை பௌர்ணமி. தமிழ் மாதங்கள் அனைத்தும் பௌர்ணமியில் இருந்தே தொடங்குகின்றன. எனவே, தைப்பூசம் என்பதுதான் தமிழ்ப் புத்தாண்டு. மார்கழி நீராடலில் தொடங்கும் திருப்பாவை நோன்பு தை நீராடலில் முடிகிறது. இந்தக் காலகட்டம் தான் சிறுவீட்டுப் பொங்கல் கொண்டாடப்படும் காலகட்டம்.

தமிழ்ப்புத்தாண்டு பற்றிப் பேசுகிற இருதரப்பாரும் இந்த விசயத்தைக் கணக்கில் எடுத்துக் கொள்வது இல்லை. நமது பண்பாடு குறித்த புரிதலுடன்தான் நாம் தமிழ்ப் புத்தாண்டு குறித்த விசயத்தை அணுக வேண்டும்.

உழைக்கும் மக்கள் மற்றும் வீட்டுப் பெண்களின் நம்பிக்கைகள் சார்ந்து கொண்டாடப்படும் இந்தத் திருவிழாக்கள் தமிழர்களின் நன்றி உணர்வை வலியுறுத்துபவை. வெப்பமண்டல நாடுகளில் அறுவடைத் திருநாட்கள் வெவ்வேறு பெயர்களில் கொண்டாடப் படுகின்றன. மற்ற பண்டிகைகளில் நாம் பிராத்தனைகளை முன்வைக்கிறோம். வேண்டுதல்களையும் கோரிக்கைகளையும் முன் வைக்கிறோம். ஆனால், அதற்கு மாறாக பொங்கலில் நமது வாழ்க்கைக்கு அடிப்படையான உழவர்களுக்கும், சூரியனுக்கும், மாடுகளுக்கும் நன்றி செலுத்துகிறோம். இப்படிப் பல்வேறு அம்சங்களில் மாறுபட்டு விளங்குகிற பொங்கலைக் கொணடாட வேண்டியது ஒவ்வொரு தமிழரின் கடமை."

~

14

தாலியின் சரித்திரம்

தாலி கட்டுதல், திருப்பூட்டுதல், மாங்கல்ய தாரணம் ஆகிய சொற்கள் பெண்ணின் கழுத்தில் ஆண் தாலி அணிவிப்பதைக் குறிக்கின்றது. தாலி கட்டும் நிகழ்ச்சி நடக்கும்போது மணமக்களுக்குப் பின்னால் மணமகனின் சகோதரி அல்லது சகோதரி முறை உள்ளவர்கள் கட்டாயம் நிற்க வேண்டும். மணமகனுக்குத் தாலி முடிச்சுப்போட அவள் உதவி செய்ய வேண்டும். தமிழ்நாட்டில் பெருவாரியாக நிலவிவரும் வழக்கம் இதுவே.

மணவறையில் அல்லாமல் ஊர் மந்தையில் நின்று கொண்டு தாலி கட்டும் வழக்கமுடைய சாதியாரிடத்திலும் சகோதரி மணமகனுக்குத் தாலிகட்டத் துணைசெய்கிறாள். தமிழ்நாட்டில் குறிப்பிட்ட ஒன்றிரண்டு சாதியாரிடத்தில் இரண்டு வீடுகளுக்கு இடையில் உள்ள சந்து அல்லது முடுக்குக்குள் சென்று மணமகன் மணமகளுக்குத் தாலி கட்டுவது சில ஆண்டுகளுக்கு முன்வரை வழக்கமாக இருந்தது. இது வன்முறையாகப் பெண்ணை வழிமறித்துத் தாலிகட்டிய காலத்தின் எச்சப்பாடாகும்.

ஒரு நூற்றாண்டு முன்வரை சில சாதியாரிடத்தில் மணமகன் திருமண நிகழ்ச்சிக்கு வரமுடியாதபோது மணமகனை அடையாளப்படுத்த அவன் வைத்திருக்கும் பொருள்களில் ஒன்றைக் கொண்டுவந்து மணமகளின் பக்கத்தில் வைத்து மணமகனின் சகோதரி தாலி கட்டுகிற வழக்கம் இருந்திருக்கிறது.

மதுரை மாவட்டம், மேலூர் வட்டத்தில் வாழும் அம்பலக்காரர்களிடத்தில் அவனுடைய வளைதடியைக் (வளரியை) கொண்டுபோய் மணமகனுக்குப் பதிலாக அவனுடைய சகோதரி மணப்பெண்ணுக்குத் தாலி கட்டுகிற வழக்கம் இருந்துள்ளது.

மணமகன் இல்லாமலேயே மணமகளுக்குத் தாலி கட்டும். வழக்கம் தமிழகத்தில் இருந்துள்ளது என்பதற்கு இவையெல்லாம் சான்றுகளாகும்.

தாலி என்ற சொல்லின் வேர்ச்சொல்லை இனங்காண முடியவில்லை. ஆனால், தாலி, தாலாட்டு ஆகிய சொற்களைக் கொண்டு “தால்” என்பது தொங்கவிடப்படும் அணி (காதணி. மூக்கணி, விரலணி போல) என்று கொள்ளலாம்.

நமக்குக் கிடைக்கும் தொல்லிலக்கியச் சான்றுகளிலிருந்து (சங்க இலக்கியங்கள் சிலப்பதிகாரம்) அக்காலத்தில் ஆண் பெண்ணுக்குத் தாலி கட்டும் வழக்கம் இருந்ததில்லை என்றே தோன்றுகிறது.

தமிழர் திருமணத்தில் தாலி உண்டா? இல்லையா? என்று தமிழறிஞர்களுக்கு மத்தியில் 1954இல் ஒரு பெரிய விவாதமே நடந்தது. இந்த விவாதத்தைத் தொடங்கி வைத்தவர் கவிஞர் கண்ணதாசன். தாலி தமிழர்களின் தொல் அடையாளம்தான் என வாதிட்ட ஒரே ஒருவர் சிலம்புச்செல்வர் ம.பொ.சி. மட்டுமே.

கி.பி. 10ஆம் நூற்றாண்டுவரை தமிழ்நாட்டில் தாலி என்ற பேச்சே கிடையாது என்கிறார் கா. அப்பாத்துரையார். பெரும்புலவர் மதுரை முதலியாரும், தமிழ் ஆய்வறிஞர் மா. இராசமாணிக்கனாரும் பழந்தமிழர்களிடத்தில் மங்கலத்தாலி வழக்கு கிடையாது என உறுதியுடன் எடுத்துக் கூறினர்.

தொல் பழங்குடி மக்கள் பிள்ளைகளைத் தீயவை அணுகாமல் காப்பதற்குப் பிள்ளைகளின் இடுப்பில் அரைஞாண் கயிற்றில் சில பொருள்களைக் கட்டும் வழக்கம் இருந்தது. அவ்வழக்கம் மிக அண்மைக்காலம்வரை கூட நீடித்தது. இவ்வாறு ஐந்து பொருள்களைப் பிள்ளைகளின் அரைஞாண் கயிற்றில் கட்டுவதை சங்க இலக்கியங்கள் ஐம்படைத் தாலி என்று குறிப்பிடுகின்றன. மிக அண்மைக்காலம் வரையிலும் கூட கிராமப்புறங்களில் குழந்தைகளின் அரைஞாண் கயிற்றில் நாய், சாவி, தாயத்து ஆகிய உருவங்களைச் செய்து கட்டுவது வழக்கமாகயிருந்தது.

நந்தனின் சேரிக்குழந்தைகள் அரைஞாண் கயிற்றில் இரும்பு மணி கட்டியிருந்ததாகக் குறிப்பு பெரிய புராணத்தில் உள்ளது.

எனவே, தாலி என்னும் சொல் கழுத்துத்தாலியைத் தொடக்க காலத்தில் குறிப்பிடவில்லை என்பது தெளிவாகிறது.

கி.பி.7ஆம் நூற்றாண்டில் திருமணச் சடங்குகளை ஒவ்வொன்றாகப் பாடுகின்ற ஆண்டாளின் பாடல்களில் தாலி பற்றிய பேச்சே கிடையாது. மாறாக தான்கொன்ற புலியின் பல்லை எடுத்து வீரத்தின் சின்னமாக ஆண் தன் கழுத்தில் கோர்த்துக் கட்டிக் கொண்டால் அதைப் புலிப்பல் தாலி என்றுகுறிப்பிட்டுள்ளனர்.

'புலிப்பல் கோத்த புலம்பு மணித்தாலி' (அகநானூறு)

'புலிப்பல் தாலிப் புன்தலைச் சிறார்' (புறநானூறு)

இரும்புலி எயிற்றுத் தாலி இடையிடை மனவுகோத்து'
(திருத்தொண்டர் புராணம்)

தமிழ்நாட்டில் ஆதிச்சநல்லூர் உள்பட பல்வேறு இடங்களில் தோண்டி எடுக்கப்பட்ட புதைபொருள்களில் இதுவரை தாலி எதுவும் கிடைக்கவில்லை.

தமிழ்நாட்டில் இப்போது பயன்படுத்தப்பட்டுவரும் தாலிகளில் சிறுதாலி, பெருந்தாலி, பஞ்சார(கூடு)த் தாலி, மண்டைத் தாலி, நாணல் தாலி (ஞாழல் தாலி) பார்ப்பாரத் தாலி, பொட்டுத் தாலி ஆகியவை பெருவாரியான மக்களால் பயன்படுத்தப்படுபவை ஆகும்.

ஒரு சாதிக்குள்ளேயே அதன் உள்பிரிவுகள் சிறுதாலி, பெருந்தாலி வேறுபாட்டால் அடையாளப்படுத்தப்பட்டன. ஒரு காலத்தில் உணவுசேகரிப்பு நிலையில் வாழ்ந்த சில சாதியார் இன்று வரை கழுத்தில் தாலிக்குப் பதிலாகக் 'காரைக்கயிறு என்னும் கறுப்புக்கயிறு கட்டிக் கொள்கின்றனர். கழுத்தில் காரை எலும்பை ஒட்டிக் கட்டப்படுவதால் அது காரைக்கயிறு எனப் பெயர் பெற்றது. பார்ப்பாரத் தாலியில் ஒரு வகை பெண்ணின் மார்புகள் போன்ற இரண்டு உருவத்திற்கு நடுவில் ஒரு உலோகப் பொட்டினை வைத்துக் கொள்வதாகும். இது மனிதகுல வரலாற்றில் ஏதோ ஒரு தொல்பழங்குடியினரின் கண்டுபிடிப்பாக இருக்க வேண்டும்.

கி.பி. 10ஆம் நூற்றாண்டு முதலே தமிழகத்தில் பெண்ணின் கழுத்துத்தாலி புனிதப் பொருளாகக் கருதப்பட்டு வந்துள்ளதாகக் கொள்ளலாம். அதன் பின்னரே, கோயில்களிலும் பெண்

தெய்வங்களுக்குத் தாலி அணிவிக்கப்பட்டது. திருக்கல்யாண விழாக்களும் நடத்தப்பட்டன. நாளடைவில் தாலி மறுப்பு அல்லது நிராகரிப்பு என்பது கனவிலும் நினைத்துப் பார்க்க முடியாத ஒன்றாக மாறி விட்டது. தம் குலப்பெண்களுக்கு மேலாடை அணியும் உரிமைகோரி குமரிப்பகுதி நாடார்கள் நடத்திய தோள்சீலைப் போராட்டத்தை ஒடுக்க அன்று நாயர்கள் நாடார் பெண்களின் தாலிகளை அறுத்தனர். அந்த இடம் இன்றும் தாலியறுத்தான் சந்தை என்று வழங்கப்படுகிறது.

இந்தியச் சிந்தனையாளர்களில் தந்தை பெரியார்தான் முதன் முதலில் தாலியை நிராகரித்துப் பேசவும் எழுதவும் தொடங்கினார். அவரது தலைமையில் தாலி இல்லாத் திருமணங்கள் நடைபெறத் தொடங்கின. ஆணுக்குப் பெண் தாலி கட்டும் அதிர்ச்சி மதிப்பீட்டு நிகழ்ச்சிகளும் சில இடங்களில் நடந்தன. பின்னர், 1968இல் அண்ணா காலத்தில் நிறைவேற்றப்பட்ட சுயமரியாதைத் திருமணச் சட்டம் தாலி இல்லாத் திருமணத்தைச் சட்டபூர்வமாக அங்கீகரித்தது.

கடைசியாக ஒரு செய்தி சங்க இலக்கியங்களில் தாலி மட்டுமல்ல. பெண்ணுக்குரிய மங்கலப் பொருள்களாக இன்று கருதப்படும் மஞ்சள், குங்குமம் ஆகியவையும் கூட பேசப்படவே இல்லை.

~

15

பெண் என்னும் சுமைதாங்கி

இரண்டு அகலமான கற்களை நெட்டுக்குத்தாக நட்டு. அவற்றின் மீது வைக்கப்பட்ட கிடைவசமாக மற்றொரு கற்பலகை அமைப்பை சாலை பார்த்திருக்கலாம். இதுதான் சுமைதாங்கிக்கல், தரையிலிருந்து ஓரங்களில் சுமார் நான்கு அல்லது ஐந்தடி உயரத்தில் கிடைவசக்கல் பொருத்தப்பட்டிருக்கும். போக்குவரத்து வசதி இல்லாத காலத்தில் தலைச்சுமையாக பொருட்களைக் கொண்டு செல்பவர்கள் பிறர் உதவியின்றி இந்தச் சுமைகளை இறக்கி வைத்து, பின்னர் யாருடைய உதவியுமின்றி தலையில் ஏற்றிக் கொள்வார்கள். இவ்வாறு இளைப்பாறும் நேரத்தில் சுமையைத் தாங்குவதற்காக உருவான கற்களே சுமைதாங்கிக் கற்கள். வயிற்றுச்சுமை தாங்காமல் இறந்த பெண்ணின் மனஆறுதலுக்காக, மற்றவர்களின் சுமையைப் பகிர்ந்து கொள்ளுதல் என்னும் மனிதாபிமான நோக்கமே இதற்குப் பின்னிருக்கும் அம்சம்.

மகப்பேற்றின்போது வயிற்றுச்சுமை தாங்காமல், இறந்த பெண்களின் நினைவாகவே சுமைதாங்கிக் கற்கள் நடப்படுகின்றன. சாதாரணமாக இவற்றில் கல்வெட்டுகள் இருப்பதில்லை. விதிவிலக்காக ஒன்றிரண்டு கற்களில் இறந்த பெண்ணின் பெயர் பொறிக்கப்பட்டுள்ளது.

ஆணாதிக்கச் சமுதாயத்தில் பெண் ஒரு சுமைதாங்கி என்பதை இந்த ஓர் இடத்தில் மட்டும் ஆண் சமுதாயம் ஏற்றுக் கொண்டுள்ளது. பழைய தமிழ் இலக்கியங்களிலும் கல்வெட்டுக்களிலும் சுமைதாங்கிக் கற்கள் பற்றிய குறிப்புகள் எதுவும் இல்லை. எனவே, இந்த வழக்கம் விசயநகர ஆட்சிக்காலத்திலும் நாயக்கர் ஆட்சிக்காலத்திலும் பெருகி இருப்பதாகத் தெரிகிறது.

தொன்மையான சுமைதாங்கிக் கற்கள் இதுவரை கண்டறியப்படவில்லை. சுமைதாங்கிக் கற்கள் பொதுவாக ஊர் எல்லையும் நெடுஞ்சாலையும் சந்திக்கும் இடத்தில் நிழல்தரும், மரத்தடிகளில் அமைக்கப்படுகின்றன.

சுமைதாங்கிக் கற்களின் வடிவத்தைப் பொறுத்தமட்டில் கிடைவசத்தி அமைக்கப்பட்ட கற்பலகையே இறந்த மகப்பேற்று பெண்ணின் நினைவிற்குரியதாகும். அதனைத் தாங்க நிறுத்தப்பட்ட இரண்டு கற்களும் மகப்பேற்று உதவியாளர்களைக் குறிக்கும். இந்தியா முழுவதும் மகப்பேற்றுச் சிற்பங்களில் இரண்டு பெண் உதவியாளர்கள் காட்டப்பெறுவது ஒரு மரபாகவே இருந்து வருகிறது. நாட்டார் மரபில் இந்தப் பெண் உதவியாளர்களைத் 'தொட்டுப் பிடித்தவர்கள்' என்பர்.

கிராமப்புறங்களில் ஓரளவு பொருள்வசதி உடைய குடும்பத்தவரே இந்தச் சுமைதாங்கிகளை நிறுவியுள்ளனர். பொதுவாக மகப்பேற்றின்போதும் சுமங்கலியாகவும் இறந்த பெண்களை மாலையம்மன், வாழவந்தாள். சேலைக்காரி ஆகிய பெயர்களில் வணங்குவது தமிழக நாட்டார் மரபாகும். பொருள் வசதி குறைந்த வீட்டில் மாலையம்மனுக்கு நினைவுநாளில் படைத்த புதுச்சேலையினை ஓலைப்பெட்டியில் வைத்து உத்திரத்தில் கட்டித் தொங்கவிட்டிருப்பார்கள். மறுஆண்டு நினைவுநாளில் தான் அந்தச் சேலையினை மற்றவர் எடுத்து உடுத்துவர்.

மகப்பேற்றில் இறந்த பெண்களைப்போல கன்னியாக இறந்த பெண்களும் வழிபாட்டுக்கு உரியவர்களாகக் கருதப்பட்டார்கள். அவர்கள் நினைவுக்கு சேலை படைப்பதில்லை. 'கன்னிசிற்றாடை' மட்டுமே படைப்பர், இன்றளவும் கிராமப்புறத்துத் துணிக்கடைகளில் கன்னி சிற்றாடைகள் விற்பனைக்கு உள்ளன.

விசயநகர மன்னர் ஆட்சிக்காலம் தொடங்கி தமிழ் மக்களின் உணவு, உடை, சடங்குகள், திருவிழாக்கள் ஆகியவற்றில் பல மாற்றங்கள் நிகழ்ந்துள்ளன. மகப்பேற்றில் இறந்த பெண்ணின் நினைவாக சுமைதாங்கிக்கல் அமைக்கும் வழக்கமும் அக்காலத்தில் தான் தோன்றியிருக்க வேண்டும். இதுவன்றி, தமிழகப் பண்பாட்டு வரலாற்றில் சுமைதாங்கிக்கல் பற்றிய குறிப்புகள் எதுவும் இல்லை.

சந்திப்பு: எஸ்.கார்த்திகேயன். புதியதலைமுறை, 16 ஜனவரி 2012

16
மஞ்சள் மகிமை

மஞ்சள் பூசிக்குளிப்பதும் மஞ்சள் கயிறு அணிவதும் பெண்ணுக்குரிய முக்கியமான செய்திகளாகும். மஞ்சள் என்பது பெண்ணோடும் மங்களகரம்' என்பதோடும் இணைத்துப் பேசப்படுகிறது.

ஆனால், மஞ்சள் ஆரோக்கியம் தொடர்பான ஒரு பொருளாகவே தமிழர் வாழ்வில் முன்பு இருந்துள்ளது. கிருமி எதிர்ப்புச் சக்தி, மஞ்சளில் உள்ளதாகக் கூறப்படுகின்றது.

'நோக்கி யசோதை நுணுக்கிய மஞ்சளால்' கண்ணனை நீராட்டுவது பற்றிப் பெரியாழ்வார் பாசுரம் பேசுகிறது.

பூசுமஞ்சளில் புகழ் பெற்றது 'விறலி மஞ்சள்' ஆகும். விறல் என்றால் முகம். விறலி என்றால் முகபாவங்கள் காட்டி நடிக்கிற நடனமாடுகிற பெண்ணைக் குறிக்கும். அன்று கூத்தாடிய பெண்கள் அன்றைய விளக்கொளியில் நாட்டியமாடினர். அவர்களது முகம் துணிப்பாகத் தெரிய மஞ்சள் அரைத்து முகத்தில் பூசிக் கொண்டனர். விறலியர் மட்டும் பூசிய மஞ்சளைக் காலப்போக்கில் குடும்பப் பெண்களும் பூசத் தொடங்கினர். விறலியரை மதியாத நம் சமூகம் விறலி மஞ்சளை மட்டும் கொண்டாடத் தொடங்கியது. இன்றும் கொண்டாடி வருகிறது. விறலி மலை என்பதுதான் இன்று விராலிமலை என்று ஆனது என்பது கூடுதல் செய்தியாகும்.

புதுவிசை

10 ஜூலை, 2007

17
கோலம்

கோலம் என்னும் வரைகலை வெளிப்பாடு தமிழர் வாழ்வியலோடு பின்னிப் பிணைந்ததாகும். கோலம் என்னும் சொல், சங்க இலக்கியத்திலேயே மிகப் பிற்பட்ட நூலான பரிபாடலில்தான் முதன்முதலாகத் திருமாலின் வராக அவதாரத்தைக் குறிக்க "கேழற் கோலம்" என்னும் தொடராகக் காணப்படுகிறது.

பெருங்காப்பியமான சிலப்பதிகாரத்தில் மூன்று இடங்களில் இத்தொடர் பயின்று வருகிறது. "மாதவி தன் கோலம் தவிர்த்திருந்தாள்" "மணமகளைப் போல யாழ் கோலம் செய்யப்பட்டிருந்தது". "மாதவி எழுதுவரிக்கோலம் என்ற ஆட்டத்திற்காகக் கோலம் செய்திருந்தாள்", "பழங்குடிமக்கள்குமரிப் பெண்ணைத் தெய்வக்கோலம் செய்திருந்தனர்". இவையே சிலப்பதிகாரத்தில் கோலம் என்னும் சொல் வருமிடங்களாகும். ஆடுமகளுக்கும், மணமகளுக்கும், இசைக் கருவிக்கும் செய்யப் பட்ட ஒப்பனைகளையே அதாவது கலை வெளிப்பாடுகளையே சிலப்பதிகாரம் கோலம் என்றது.

இன்று கோலம் என்பது அரிசி மாவினாலும் சுண்ணாம்புப் பொடியினாலும், பல வண்ணப்பொடிகளாலும் தரையில் இடப்படும் கோலத்தைக் குறித்து நிற்கின்றது. தரையில் இடப்படும் கோலம், வீட்டின் தலைவாயிலிலும், வீட்டிற்குள் தெய்வ வழிபாடு நிகழ்த்தப்படும் இடத்திலும், கோயில்களிலும் இடப்படுகின்றது. எனவே கோலம் என்பது அழகுணர்ச்சி சார்ந்த வரைகலை வெளிப்பாடாக மட்டுமின்றி புனிதத் தன்மை அல்லது சடங்கியல் தன்மையுடைதாகவும் விளங்குகின்றது என்பதை உணரலாம்.

தொல்பழங்குடி மக்களின் நம்பிக்கைகளில் ஒன்று தரையைப் புனிதப்படுத்துவதாகும். தூய்மைப்படுத்தப்படாத

தரை தெய்வங்கள் காலூன்றி நிற்பதற்கு ஏற்றதன்று. தெய்வங்களும் வானவர்களும் பூமிக்கு (மண்ணுலகிற்கு) வரும்போது தரையினை மிதிப்பதில்லை. அவதாரமான இராமனும் கிருஷ்ணனும் மட்டுமே வெறுங்காலால் பூமியை மிதித்தவர்களாவர்.

> **"மேலொரு பொருளுமில்லா மெய்ப்பொருள் வில்லும் தாங்கி**
> **கால் தரை தோய வந்து கட்புலக் குற்றதம்மா"**

என்பது கம்பராமாயணம். இதன் பொருள் பொதுவாகத் தெய்வங்களின் கால்கள் தரைதோய வருவதில்லை என்பதாகும். தெய்வங்கள் வானுலகத்தில் அல்லது மண்ணுலகத்தில் மரங்களில் தான் வாழும். தரையில் மனிதர்களைப்போல வாழ்வதில்லை. மனிதனின் விருப்பத்திற்கும், தேவைக்கேற்ப மண்ணிற்கு வரும் தெய்வங்களுக்கு மனிதன் "புனித இடங்களை" உருவாக்குகிறான். தெய்வச்சிலைகள் அனைத்தும் கவிழ்ந்த தாமரையின் மீதே (பத்மபீடத்தின் மீதே) அமைக்கப்படுவதன் காரணமும் இதுதான். நாட்டார் வழிபாட்டு மரபிலும் தெய்வத்தின் கால்கள் தரையிலே பதியக்கூடாது என்பதற்காக 'பூடங்கல்" (பீடங்கல்) அமைத்துள்ளனர். பீடங்களின் உச்சிப் பகுதியில் கவிழ்ந்த தாமரை போன்ற வடிவம் கட்டப்பட்டிருப்பதனைக் கூர்ந்து கவனித்தால் அறிந்து கொள்ளலாம்.

படங்களோ, சிலைகளோ, வீட்டுப் புழக்கத்தில் இல்லாத காலத்தில் வீட்டிற்குள் தெய்வத்தை, திருநிலைகொள்ள வைப்பதற்கு குத்துவிளக்கு மட்டுமே இருந்தது. குத்துவிளக்கும் கூட மனைப் பலகை அல்லது மண்ணால் செய்த சிறுபீடம் அல்லது கோலத்தின் மீதுதான் வைக்கப்படுகிறது. வெளியிலும் குத்து விளக்கு இல்லாத நிலையிலும் வீட்டிற்குள்ளும் தெய்வ வழிபாடு நிகழ்த்தப்படுவ துண்டு. அப்போதெல்லாம் அந்த இடங்களில் கோலங்கள் இடப் படுகின்றன. செம்மண் அல்லது பசுஞ்சாணத்தால் ஆன பிள்ளையாரும் கோலத்தின் பகுதியில்தான் வைக்கப்படுகின்றது.

கோலம் இடப்படுமுன் தரைப்பகுதி தண்ணீராலோ, சாணத்தாலோ தூய்மை செய்யப்படுகின்றது. இதன்மீதே கோலங்கள் இடப்படுகின்றன. இன்றளவும் தலைவாசல் கோலமும் தரையில் தண்ணீர் தெளித்த பின்னரே இடப்படுகின்றது. கோலம் இடப்பட்ட இடங்களையே சங்க இலக்கியங்கள் "களம்" எனக் குறிப்பிடுகின்றன. குறிப்பாக

முருகப்பூசாரி வெறியாடுமிடங்கல் களமாக அமைகின்றன. இக்களத்தின் மீதே வேலனாகிய முருகப்பூசாரி நின்று ஆடுகின்றான். கேரளத்தில் இம்மரபு இன்றும் உயிரோடுள்ளது. இதற்குக் களமெழுதுதல் அல்லது களமெழுத்து என்று பெயர்.

"களமெழுத்து" என்பது தூய்மை செய்யப்பட்ட இடத்தில் வரையப்பட்ட கோலத்தையே குறிக்கின்றது. சர்ப்பத்துள்ளல் போன்ற வழிபாட்டு நடனங்கள் பல வண்ணப்பொடிகளால் வரையப்பட்ட களத்தின் மீதே நடத்தப்பெறுகின்றன. "வேலன் தைஇய வெறி அயர் களனும்" என்று திருமுருகாற்றுப்படை முருகப்பூசாரி வேலன் ஆடும் களத்தைக் குறிப்பிடுகின்றது.

இலக்கியங்கள் குறிப்பிடும் "களன் இழைத்தல்" என்ற சொல் தமிழ்நாட்டில் இன்று மறைந்து போய்விட்டது. அதற்குமாற்றாகவே அழகுபடுத்துதல், ஒப்பனை செய்தல் என்ற பொருளுடைய கோலம் என்ற சொல் புழக்கத்தில் வந்துள்ளது "தலைவாசல் கோலம்" என்பது மேலிருந்து இறங்கும் தெய்வம் மண்ணில் கால் பதிப்பதற்கு இடப்பட்ட முதல் களமாகும். வீட்டிற்குள் இடப்படும் கோலம் தெய்வத்தைத் திருநிலைப்படுத்தச் செய்யப்பட்ட இடமாகும்.

கோலம் என்பது ஏன் பெண்களுக்கு மட்டுமே உரிய கலை, சடங்கியல் வெளிப்பாடாக அமைகின்றது என்பது எஞ்சிநிற்கும் கேள்வியாகும். மனிதகுல வாலாற்றில் தொடக்க காலத்தில் பெண்களே பூசாரிகளாக இருந்துள்ளனர் என்பது மானிடவியல் காட்டும் உண்மையாகும். சங்க இலக்கியங்களில் முருகனுக்கு வேலனைப் போலவே புலைத்தியும் பூசாரியாக இருந்துள்ள செய்தி காணப்படுகின்றது. அதனால்தான் இன்னமும் தெய்வத்தின் ஆற்றலைத் தன் உடலில் இறக்கி ஆடும் சாமியாட்டம் பெண்களுக்கு விலக்கப்பட்டதா அமையவில்லை.

கோலம் என்னும் வரைகலையின் தோற்றம் பெண்களைச் சார்ந்தது என்பதையே மனிதகுல வரலாறு நமக்கு உணர்த்துகின்றது. கோலம் வரைதல் ஒரு கடமையாகவும் உரிமையாகவும் பெண்களுக்கு அமைந்தது இப்படித்தான். எனவேதான் வறுமைப் பட்ட குடும்பங்களில் கோலமிடுவதற்கு ஒருபிடிச் சுண்ணாம்புப்பொடி இன்னமும் இருக்கின்றது.

புதுவிசை

18

பெண் பூசாரிகளும் தாய்த் தெய்வ வழிபாடுகளும்

இன்று பூசாரித்தொழில் பெருந்தெய்வக் கோயில்களிலும் நாட்டார் தெய்வக் கோயில்களிலும் ஆண்களுடையதாகவே இருக்கிறது. பெருந்தெய்வக் (அரச ஆதரவு) கோயில்களில் ஒரு காலத்தில் நெல் குத்துதல், பெருக்குதல், மெழுகுதல் ஆகிய தொழில்களுக்கு மட்டுமே பெண் பணியாளர்கள் நியமிக்கப்பட்டனர்.

இவையன்றி தேவரடியார் எனப்படும் பெண்கள் கோயில்களில் குடவிளக்கு ஏந்திச் சுற்றிவரவும் நடனமாடவும் நியமிக்கப் பட்டிருந்தனர். நாட்டார் தெய்வக் கோயில்களிலும் பெண்களைப் பூசாரிகளாக அனுமதிப்பதில்லை. ஆனால், சாமியாட மட்டும் அனுமதிக்கப்படுகின்றனர். பழங்குடி மக்கள் இயற்கைத் தீட்டாகக் கண்ட பெண்ணின் உடலியல் மாற்றங்களைப் பார்ப்பனியமும் ஆணாதிக்கத்துக்கான முதற்படியாக ஆக்கிக்கொண்டது. கிறிஸ்துவத்திலும், இஸ்லாத்திலும் கூட பெண்கள் பூசாரிகளாக (மௌலவிகளாக) அனுமதிக்கப் படுவதில்லை.

ஆனால், கடவுள் வழிபாட்டின் தொடக்கக் காலத்தில் பெண்களே பூசாரிகளாக இருந்துள்ளனர். இந்த மறைந்த வரலாற்று நிகழ்வைக் காட்டும் விதிவிலக்குகள் உலகில் அங்கங்கே இன்றும் காணப்படுகின்றன.

தமிழ்நாட்டிலும் காமக்கோட்டம்' என அழைக்கப்பட்ட பெண் தெய்வக் கோயில்களில் பெண் பூசாரிகளே இருந்திருக்க வேண்டும். இன்றும் திருச்சிக்கு அருகே திருவானைக்கா அகிலேண்டஸ்வரி கோயிலில் ஒவ்வொரு நாளும் ஒரு

முறை ஆண் பூசாரி புடவையைத் தன் மீது சுற்றிக்கொண்டு பெண்போல நின்று, பூசனை செய்யும் வழக்கம் உள்ளது.

நெல்லை காந்திமதி, காஞ்சி காமாட்சி, மதுரை மீனாட்சி திருக்கருகாவூர் கருக்காத்த நாயகி (கர்ப்பரட்சாம்பிகை)கரூர் ஆதிரைநாயகி முதலிய கோயில்கள் ஒரு காலத்தில் காரைக் கோட்டங்களாகவே இருந்திருக்க வேண்டும். பின்னர் அரசுகள் நிலைபெற்ற பின்னர் இவை ஆண்துணையோடு சேர்க்கப்பட்டு இவற்றின் கோயில்கள் சாமி கோயில்களாக மாற்றப்பட்டன.

தமிழ்நாட்டின் பழைய தாய்த்தெய்வங்களில் ஒன்றான மதுரை மீனாட்சி இன்றும் திருமணத்துக்கு முன்பே அரசியாக முடிசூட்டி செங்கோல் தாங்கி அரசியல் கடமைகளை நிறைவேற்றுவதைப் பார்க்கின்றோம். அவள் கணவன் அரசன் ஆகாமல் கோமகனாகவே *(Duke)* அமைகின்றான். இந்தத் திருவிழாவின் பொருளைச் சகிக்க முடியாத ஆணாதிக்கம் கொண்ட பார்ப்பனியம், மீனாட்சியிடமிருந்த அரசையும் செங்கோலையும் பறித்து சுந்தரேஸ்வரருக்குப் பட்டாபிசேகம் செய்வதாக ஒரு திருவிழாவை ஆவணி மாதத்தில் நடத்துகிறது. ஆனால் அந்தத் திருவிழாவை மீனாட்சி பட்டாபிசேகத் திருவிழாவைப் போல் மக்கள் பெரிதாகக் கருதுவதும் இல்லை; ஏற்றுக்கொள்வதும் இல்லை.

இன்றும் தமிழ்நாட்டில் தாய்த்தெய்வ வழிபாட்டின் மிகப் பெரிய தொல்எச்சமாகக் காணப்படுவது மதுரை மீனாட்சியம்மனின் பட்டாபிசேகத் திருவிழா ஆகும்.

~

19

குலதெய்வம்: இது எங்க சாமி!

சில நொடிகள் கனத்த மௌனமும் சில நொடிகள் பேரிரைச்சலும் ஏற்படுத்துகின்றன அலைகள்! கடற்கரையோரம் செழித்திருக்கின்றன பனைகள், மீன் வீச்சமும், உப்புக் காற்றும் நிறைந்திருக்கிற உவரி கிராமத்தின் கடற்கரையில் குதிரை மீது இருக்கிறார் சாஸ்தா/ திருநெல்வேலியிலிருந்து 50 கி.மீ தள்ளி இருக்கிறது உவரி கடற்கரைக் கிராமம். சாலையின் இரண்டு பக்கமும் சிவப்பேறிக்கிடக்கிறது மண். வழியெல்லாம் கள்ளிச் செடிகள். சாஸ்தாவின் முன். தன் மகள் விசயலட்சுமியுடன் கை கூப்பி நிற்கிறார் தொ.பரமசிவன்.

"என் மகளுக்குக் கல்யாணம். அதான் முதல் அழைப்பை சாஸ்தா காலடியில் வெச்சு ஆசிவாங்க வந்திருக்கேன்." ஒரு தகப்பனின் அன்பு, கண்களில் பொங்கப் பேச ஆரம்பிக்கின்றார் தொ.ப

"எங்க சாஸ்தா, சைவசாமி. குதிரை மேல ஏறி,ஊரைச் சுத்தி வந்து காவல் காக்கிற முக்கியமான வேலை சாஸ்தாவுக்கு. கடல் பக்கமா உட்கார்ந்தபடியே குடிகளைக் காப்பாத்துவாருங்கிறது மக்களோட நம்பிக்கை".

"தமிழர்களின் வீரவழிபாட்டுக்கான அடையாளம்தான் குல தெய்வங்கள். கால்நடைகளை, கண்மாய் நீரை, பெண்களை, விளைந்த பயிர்களைக் காக்கின்ற சண்டைகளில் உயிர்நீத்த மனிதர்கள்தான் வீரவழிபாட்டில் தெய்வங்களானார்கள். பெண் தெய்வங்களின் கதைகளும் பயங்கரமானவை. பகைவரால் கொல்லப்பட்டோர், பாலியல் வன்முறையில் இறந்தோர், பாலியல் வன்முறையிலிருந்து தப்பிக்கவும், அதை எதிர்க்கவும் தற்கொலை செய்துகொண்டோர், கணவனோடு உயிர்நீத்தோர் ஆகியோரே பெண்தெய்வங்களாக மாறினர்".

ஏழெட்டு தலைமுறைக்கு முன்னால் என் முன்னோர்கள் திருநெல்வேலிக்கு இடம் பெயர்ந்துவிட்டார்கள். அதன்பிறகு தெரிய சாஸ்தாவைக் கும்பிட இங்கே உவரிக்கு வருவதென்றால் வண்டி கட்டிக்கொண்டுதான் வரவேண்டும். போக்குவரத்து வசதிகள் எதுவுமே இருந்திராத காலத்தில் காட்டுப்பாதையில் வந்து போவதன் சிரமங்கள் சொல்லித் வேண்டியதில்லை. ஆனாலும் குலமுதல்வனை வழிபட ஒருவரும் தவறியதே இல்லை.

பின்னர் ஒரு கட்டத்தில் உவரியிலிருந்து பிடிமண் கொண்டு வந்து, திருநெல்வேலியிலேயே ஒரு சாஸ்தா கோயிலை உருவாக்கினார்கள். இப்போது ஊர்ஊருக்கு சாஸ்தா, மதுரைவீரன், அய்யனார், அங்காளபரமேஸ்வரிகள் இருக்கக் காரணம் பிடிமண் கிளைக்கோயில்கள்தான். வருடத்திற்கு ஒருமுறையாவது குடிசாமியின் முன் நின்று வேண்டிக் கொண்டால்தான் எம் மக்களுக்கு மனசு ஆறும். இல்லை என்றால் குடும்பத்தில் நடக்கிற எல்லா அசம்பாவிதங்களுக்கும், குடிசாமியின் கோபமே காரணமாகச் சொல்லப்படும். கிளைக்கோயில்கள் வந்த பிறகும், தாய்க்கோயிலை இன்னும் மறக்காமல் இருப்பதுதான் இந்த சமூகத்தின் பண்பாட்டு அடையாளம்.

மக்கள் வசதிவாய்ப்பு அற்றவர்களாக இருந்தால், அவர்களின் குடிசாமியும் அப்படியே வறுமையில் இருக்கும். சாஸ்தாவின் குடிகள் இப்போது கொஞ்சம் வசதி பெற்றுவிட்டார்கள் போலும். கோபுரம் கட்டி கும்பாபிசேகமே நடத்திவிட்டார்கள். எங்கள் பாட்டனார் காலத்தில் சாஸ்தாவின் மீது உப்புவாசமும் மீன் வீச்சமும் அடிக்கும். இப்போது சந்தனமும் ஜவ்வாதும் மணக்கிறது. கடல் மணற்பரப்பில் கூரைகூட இல்லாமல், மக்களோடு சேர்ந்து வெயிலில் காய்ந்திருந்தவருக்குக் கருவறை வந்துவிட்டது. திருநெல்வேலி வட்டார மொழியில் பாட்டும் கதையுமாக கலந்திருந்த சாஸ்தாவின் வீரமும், ஈரமும் இப்போது சமஸ்கிருதமாகிவிட்டது. மக்களின் தெய்வங்கள், இப்படியே மக்களிடமிருந்து அந்நியப்பட்டுப் போய்விடுமோ என்ற வருத்தம்தான் மனதை அரிக்கிறது".

"குலதெய்வங்களின் கோயில் திருவிழாக்கள் பெரும்பாலும் மகாசிவராத்திரி அன்று நடக்கும். விடியவிடிய சாமியாடி மக்கள், குடிமுதல்வனின் கோயில்களில் குறைகளைக் கேட்பர்.

பெரும்பாலும் கோயில்களில் பூசாரிகள் சாமியாடிகளாக இருப்பதில்லை. தங்கள் குடிகளின்மேலே சாமி வந்திறங்கி தனக்கு நேர்ந்த குறைகளைச் சொல்லும். இந்த நூற்றாண்டில்தான் பல சிறுதெய்வங்கள் பெருந்தெய்வமாக மாற்றப்பட்டன. சாஸ்தா இன்றைக்கும் பெருந்தெய்வத்திற்கான தோற்றத்துடன்தான் இருக்கிறார். எதிர் காலத்தில் எங்கள் சாஸ்தாவின் கல்குதிரை தங்கக்குதிரையாக மாறினாலும் ஆச்சரியப்படுவதற்கில்லை. பெண் தெய்வங்கள் தான், பெரும்பாலும் இந்த மாற்றத்திற்குட்படுகின்றன. இரத்தப்பலி நிறுத்தப்படுகிறபோதும், சமஸ்கிருத மந்திரம் ஓதப்படுகிற போதும் சிறுதெய்வங்கள் பெருந்தெய்வங்களாகி விடுகின்றன. இரத்தப்பலி தருதல் என்பது பெரும்பாலும் ஆண் விலங்குகளையே தருவர். பெண்விலங்குகள் உயிர் பெருக்கும் சக்திகள் என்பதால், அவற்றைப் பலிகொடுத்தால் தெய்வம் தண்டிக்கும் என்னும் நம்பிக்கையே இதற்குக் காரணம்.

சிறுதெய்வங்கள் இல்லாத கிராமங்களைத் தமிழகத்தில் நம்மால் பார்க்கமுடியாது. அவற்றில் பாதிக்குமேல் பெண் தெய்வங்களே குடிதெய்வங்களாக இருக்கின்றன. நம்முடைய வழிபாடே தாய் தெய்வ வழிபாடுதானே.

ஆண்தெய்வங்களைவிட பெண் தெய்வங்கள் இன்னும் உக்கிரத்தோடு இருக்கும். சில பெண் தெய்வங்களுக்குப் பலிதரும் முறை அச்சமூட்டுவதாக அமைந்திருக்கும். நிறைசினையாக உள்ள ஒரு ஆட்டைக் கொண்டு வந்து பெண் தெய்வத்தின் முன் நிறுத்த, வேல் போன்ற கருவியினால் அந்த ஆட்டின் வயிற்றைக் குத்திக் கிழித்து, அதன் உள்ளே இருக்கும் குட்டியை எடுத்து பலிபீடத்தின் மீது வைப்பர். இதனை "சூலாடு குத்துதல்" என்று பெயரிட்டு அழைத்தனர். சில இடங்களில் சாமியாடிகள், பலியிடப் பெறும் விலங்குகளின் ரத்தத்தைக் குடிப்பதுண்டு. தாய்த் தெய்வங்கள், தம் மக்களைக் காக்க, அரக்க வடிவிலான தீமையை ஆயுதந்தாங்கிப் போரிட்டு அழிப்பதாக நம்பிக்கை. அதற்கு இத்தகைய உக்கிரத்தோடு இருக்கவேண்டும் என்கிற மக்களின் விருப்பம்தான் இத்தகைய சடங்குகள். சிறுதெய்வ வழிபாட்டின் பல சடங்குக் கூறுகள் தமிழர்களின் போர் நெறிகளுடன் தொடர்பு உடைய வனாகத் தோன்றுகின்றன.

ஆனந்தவிகடன் - 28.11.2004

20
இராமர் பாலம்

“சேது என்பது வடமொழிப் புராணங்களின்படி, இந்தியாவின் தென்எல்லை. வடவேங்கடத்திலிருந்து தென்குமரிவரை, காஷ்மீர் முதல் கன்னியாகுமரிவரை என்றெல்லாம் நாம் குறிப்பிடுவதைப்போல பழங்காலத்தில் வடநாட்டவர்கள் பயன்படுத்திய வார்த்தை தான் இது. இந்த எல்லை வரையறை வெறும் புராண மரபுகளின் படிதான் சொல்லப்பட்டு வந்ததே தவிர. இது அறிவியல் ரீதியான முடிவு அல்ல. இமயமலை முதல் சேதுவரை உள்ள பகுதிகள்தான் இந்தியா என்றால், சேதுவுக்கு அப்பால் பரந்து விரியும் மதுரை, திருநெல்வேலி, வைகை, தாமிரபரணி நதிகள் எல்லாம் வேறு நாட்டிலா இருக்கின்றன? அந்தக் காலத்தில் சேதுவைப் பற்றியும் இந்தியாவின் எல்லைகள் பற்றியும் வடநாட்டவர்கள் இப்படித்தான் புரிந்து வைத்திருந்தார்கள்.

புவியியல்ரீதியாக இந்தியாவின் உண்மையான எல்லை குமரிமுனைதான் என்பது 20ஆம் நூற்றாண்டில்தான் பெரு வாரியான வடஇந்திய மக்களுக்குத் தெரியும்.

இந்தத் தெளிவு பிறப்பதற்கு முன்னால் வடநாட்டவர்களிடம் காணப்பட்ட தவறான நம்பிக்கைகளை இப்போது இராமர் பால விவகாரத்தில் ஆதாரங்களாகக் கொள்வது ஏற்புடையதல்ல. வரலாற்றுக்கு ஆதாரங்கள் உண்டு. தொன்மத்தை மட்டுமே தாங்கிப் பிடித்துக்கொண்டிருப்பவை புராணக்கதைகள். சிவனின் திருமணத்துக்கு வந்த கூட்டத்தைத் தாங்கமுடியாமல் வடக்குப்பகுதி தாழ்ந்து, தெற்குப்பகுதி உயர்ந்தது; தென்பகுதியைச் சரி செய்ய அகத்தியர் பொதிகை மலைக்கு வந்தார் என்பது வரலாற்றுச் செய்தி அல்ல. இந்தத் தொன்மக் கதையை நாம் உண்மையென்று நம்ப முடியுமா?இராமர்

பாலம் கட்டினார் என்ற புராணக் கதையையும் இப்படித்தான் அணுகவேண்டும்.

அது இராமர் பாலமா, மணல் திட்டா என்ற விவாதத்தில் தொன்மங்களை ஆதாரங்களாகப் பயன்படுத்தினாலும்கூட, தமிழர்களின் இராமருக்கும் வடநாட்டவரின் இராமருக்கும் எவ்வளவோ வேறுபாடுகள் இருக்கின்றன. கம்பர் எழுதிய இராமாயணம் இராமர் பிறந்ததில் ஆரம்பித்து, அவருக்குப் பட்டாபிஷேகம் நடப்பதோடு முடிந்துவிடுகிறது. ஆனால் வடமொழியில் எழுதப்பட்ட பெரும்பாலான இராமர் கதைகளில் சீதையை நிலம் பிளந்து விழுங்குவதும், இராமர் சரயு நதியில் விழுந்து தற்கொலை செய்து கொள்வதும்தான் முடிவு. இராமர் தற்கொலை செய்துகொள்வதாகக் காட்டுவது நம் மரபுக்கு உவப்பானதாக இருக்காது என்றுதான் கம்பர் அந்த முடிவைப் பயன்படுத்தவில்லை. தமிழில் இராமரின் முடிவைப் பாடிய ஒரே ஒரு புலவர் பாரதியார் மட்டும்தான். ‘பலர் புகழும் இராமனுமே ஆற்றில் விழுந்தான், பார் மீதில் நான் சாகாதிருப்பேன் கண்டீர்’ என்று பாரதியாரால்தான் பாடமுடிந்தது.

தமிழகத்தில் ஒன்றாகவும் வடஇந்தியாவில் இன்னொன்றாகவும் சொல்லப்படும் தொன்மத்தைச் சாட்சியாக இராமர்பாலம் பிரச்னையில் பயன்படுத்த முடியாது”.

குமுதம்

21

சாதிய ஆய்வுகள் நேற்றும் இன்றும்

தெற்காசிய நாடுகளில் மரபுவழிச் சமூகங்களில் மனிதனைப் பிறப்பின் வழியே பிரித்துப் பார்க்கும்போக்கு நிலைபெற்றுவிட்ட ஒன்று. உலகின் எல்லா நாடுகளிலும் காணப்படுகின்ற இந்தப் போக்கு ஒப்பீட்டளவில் இந்தியத் துணைக்கண்டத்தில் மிகுதி, அதிலும் குறிப்பாகத் தென்னிந்தியாவில் தென்னிந்தியச் சாதி அமைப்புமுறை மிக ஆழமானது. மிக நுணுக்கமானதும் கூட, அதனால்தான் ஐரோப்பியக் காலனியவாதிகள் வடநாட்டைவிட தென்னாட்டின் சாதிகளைப் பற்றியும் சாதி அமைப்பு முறை பற்றியும் அறிய அதிக அக்கறை செலுத்தினர்.

காலனியவாதிகளின் நோக்கம் வேறாக இருந்தாலும் சாதிகளைப் பற்றிய எழுத்துக்களை ஒரு படிப்புத் துறையாக மாற்றியது. அவர்கள்தான்.

A.B. Dubai தொடங்கி ராபர்ட்சன், இப்பட்சன், கூம்பஸ், எட்கர் தர்ஸ்டன் என்று விரிந்து *J.H.* ஹட்டன் வரை இத்துறையில் ஐரோப்பியர்களின் நீண்ட பட்டியல் ஒன்று உண்டு. இவற்றில் கடைசியாகக் குறிப்பிட்டது. *J.H.* ஹட்டனின் *Caste in India* என்ற நூலை ஆக்ஸ்போர்டு பல்கலைக்கழகத்தின் மானுடவியல் துறை பாடப்புத்தகமாகவே வைத்துள்ளது. மேல்கீழாக அடுக்கப்பட்டுள்ள சாதிமுறைகளை ஐரோப்பியக் கீழ்த்திசை *(European orientalist)* வாணர்கள் எனப்பட்ட இவர்கள் முதலில் வியப்போடுதான் பார்த்தார்கள். பின்னர் சாதிமுறை என்பது மரபுவழி அதிகாரக் கட்டுமானம் என்பதனை உணர்ந்தார்கள். தங்கள் காலனிய ஆட்சி அதிகாரத்தை நிலைப்படுத்திக் கொள்ளவேண்டிய தேவை அவர்களுக்குவந்தபோது சாதி அதிகாரத்தின் உச்சியிலிருந்து முதல் இரண்டு அல்லது மூன்று சாதிகளைத் தங்களுடைய அதிகாரத்தின் பக்கம்

இழுத்துக் கொண்டனர். இந்திய மேல்சாதிக்காரர்களுக்கு தொடக்கக் கட்டத்தில் ஆங்கிலேய அதிகாரத்தின் 'கோ மாமிசம்' கொஞ்சம் நெருடலாக இருந்தது. பிறகு இவர்களும் அவர்களை நோக்கி நகரத் தொடங்கினார்கள். பெரும்பான்மை மக்கள்திரள் பல்வேறு சிறுசாதிகளாகப் பிரிந்து கிடந்தது. ஆட்சியாளர்களுக்கும், மேல்சாதிக்காரர்களுக்கும் வசதியாகப் போய்விட்டது. பார்ப்பனர்கள், பார்ப்பனரை அடுத்த மேல்சாதி என்னும் இரண்டு மேல்சாதிகளும் பெரும்பாலும் இந்தியாவின் எல்லாப் பகுதிகளிலும் காலனிய அரசாங்கம் தந்த பதவிகளையும் அதிகாரங்களையும் சுகங்களையும் சுவைக்கத் தொடங்கினார்கள்.

தமிழ்நாடு மட்டும் இந்தப் பொதுவிதியிலிருந்து கொஞ்சம் விலகியிருந்தது. 19 ஆம் நூற்றாண்டின் பிற்பகுதியில் தமிழ்நாட்டில் தான் கணிசமான அளவு சாதிப் பத்திரிகைகள் வெளிவந்தன. அந்தக் காலப் பகுதியில் பார்ப்பனர்கள், பார்ப்பனரை அடுத்த மேல் சாதி, இடைநிலைச் சாதியார், ஒடுக்கப்பட்ட சாதியார் என நான்கு தரப்பிலிருந்தும் பத்திரிகைகள் வெளிவந்ததைப் பார்க்கின்றோம். பார்ப்பனருக்கும், பார்ப்பனரை அடுத்த மேல் சாதிக்கும் இடையில் ஒரு பெரிய முரண்பாடு தோன்றியதும் அந்த முரண்பாடு எழுத்துலகத்தில் வெளிப்பட்டதும் தமிழ்நாட்டில் தான். பார்ப்பனருக்கும், வேளாளருக்குமான இந்த முரண்பாடு இடை நிலைச் சாதியருக்கு தாங்கள் எழுச்சிபெற பேரூக்கம் அளித்தது. தங்கள் சாதிப் பெருமையினை நிலைநாட்ட எல்லாச் சாதிகளும் எழுத்துலகத்திற்குள் புகுந்தன. இதில் மிகப்பெரிய வெற்றி பெற்றவர்கள் பார்ப்பனர்கள் தான். பார்ப்பனர்களுக்குள் பல உட்சாதிகள் இருந்தாலும் இந்திய தேசியம் என்னும் அரசியல் அடையாளத்தையும் இந்து என்னும் மத அடையாளத்தையும் அவர்கள் தங்களுடைய சாதி அடையாளமாக மாற்றிக் கொண்டனர். அதன் விளைவாக பார்ப்பனர்களுக்கு சாதியும், மதமும் ஒன்றாயிற்று. ஆனால் மற்ற எல்லோருக்கும் சாதி அடையாளமே முதன்மையாயிற்று. 'கிறித்தவர் ஆனாலும் நாங்கள் வேளாளர்களே' என்று தங்கள் சாதி மேலாண்மையை தக்க வைத்துக்கொள்ள அவர்கள் முயற்சித்தார்கள். சீர்திருத்தச் திருச்சபையைச் சார்ந்த பாளையங்கோட்டை முத்தையா பிள்ளை 'வேளார் சாதி ஆசாரம்' என்ற நூலினை வெளியிட்டார். திருச்சபைக்குள்

நாடார்களை விடத் தாங்கள் உயர்ந்த சாதியார் என்பதனைக் காட்டுவதே அதன் நோக்கமாக இருந்தது.

1907இல் எட்கர் தாஸ்டனின் புகழ் பெற்ற தொகுப்பு நூலான *Caste and Tribes of South India* ஏழு தொகுதிகளாக வெளிவந்துள்ளது. அவருக்கு உதவியாக இருந்தவர் ரெங்கச்சாரியார் என்ற வைணவப் பார்ப்பனர் ஆவார். போக்குவரத்து வசதிகள், மின்வசதிகள் இல்லாத அக்காலத்தில் பெரும்பாலும் வருவாய்த் துறை ஊழியர்களைக் கொண்டே அந்நூலுக்கான தரவுகள் திரட்டப்பட்டன. அன்று வருவாய்த் துறையில் எழுத்தறிவு பெற்ற அலுவலர்களாகப் பெரும்பாலும் உயர் சாதிக்காரர்களே இருந்தனர். கிராம நிர்வாகத்தைக் கையில் வைத்திருந்த கணக்குப் பிள்ளைகளும் மேல்சாதிக்காரர்களே. எனவே இத்தொகுப்பு நூல் மேல்சாதிக்காரப் பார்வையிலேயே தொகுக்கப்பட்டது என்பது தெளிவு.

இந்நூலின் மற்றொரு பெரும் குறைபாடு ஒரே சாதிப்பெயரை பகிர்ந்து கொள்ளும் பல்வேறு உட்பிரிவுகளை இவை கணக்கில் எடுப்பதில்லை. வட்டார வேறுபாடுகளையும் இந்த நூல் முழுமையாகப் பேசவில்லை.

ஒரு சாதித்திரள் என்பது குறிப்பிட்ட நிலப்பகுதியோடும் தொழிலோடும் சடங்குகளோடும் தொடர்புடையது. அத்துடன் அந்த வட்டாரத்தில் வாழும் மற்ற சாதியாரும் ஒரு குறிப்பிட்ட சாதியரின் இருப்பினையும் பொருளியல் வாழ்வினையும் சமூக நிலையினையும் தீர்மானிக்கின்றனர். எனவே ஒரு குறிப்பிட்ட சாதிப்பட்டத்தினைத் தாங்கி நிற்கின்ற மக்கள் கூட்டம் தென்னிந்தியா முழுவதும் அல்லது தமிழ்நாடு முழுவதும் ஒத்த சமூக வாழ்நிலையினை உடையது என்பதே தவறான கருது கோளாகும். தமிழ்நாட்டின் பெரும்பான்மையான சாதியார் மக்கள் தாய முறையினையே பின்பற்றி வருகிறார்கள் ஆனால் தமிழ்நாட்டின் ஒவ்வொரு மாவட்டத்திலும் ஏதேனும் ஒரு சாதியார் அல்லது சாதியின் உட்பிரிவினர் மருமக்கள் தாயமுறையைப் பின்பற்றி வருகின்றனர். இவர்களைக் குறித்த தொகுப்பு ஆய்வோ, தனித்த ஆய்வோ இதுவரை வெளிவரவில்லை.

மின்சாரம், போக்குவரத்து, நகர வளர்ச்சி ஆகிய வசதிகள் காரணமாக கடந்த நூறு ஆண்டுகளாக தங்கள் மரபுத்தொழிலை முற்றிலுமாக இழந்துபோன சாதியார் பிற சாதிகளுக்குள்

கரைந்து போனார்கள். இவ்வகையான சாதிக்கரைப்பு குறித்த ஆய்வுகள் எதுவும் இதுவரை வெளிவரவில்லை. பார்ப்பனர் வருகைக்கு முன்னரும் தமிழ்நாட்டில் சடங்கியல் தலைமையேற்ற சாதிகள் சில இருந்தன. ஆனால் இவர்கள் அதிகாரப்பலமற்ற பூசாரிச் சாதிகள். தென் தமிழ்நாட்டில் இவ்வாறு சடங்கியல் தலைமையேற்ற (புரோகிதச்) சாதியராக பாணர், பறையர் சணியார், நாவிதர், வண்ணார் ஆகியோரைக் குறிப்பிடலாம். தமிழ்நாட்டின் எல்லாப் பகுதிகளிலும் இவ்வகையான சாதியார் இருந்தனர். காலனிய ஆட்சியின் இறுதிக்கட்டம்வரை அவர்கள் ஒவ்வொரு வட்டாரத்திலும் சிறுசிறு குழுக்களாக தங்களது பற்றிய ஆய்வுகள் எதுவும் இதுவரை வெளிவரவில்லை.

இந்த இடத்தில் 20ஆம் நூற்றாண்டுத் தமிழ்நாட்டின் இயக்கச் செயல்பாடுகள் குறித்து சொல்ல வேண்டியுள்ளது. 1950 வரை தேசிய, பொதுவுடைமை இயக்கங்கள் தமிழ்ச் சமூக மாறுதல்களை சாதியார் நோக்கில் கணக்கிட முற்படவில்லை. இத்தனைக்கும் தஞ்சை மாவட்டத்தில் பொதுவுடைமைக் கட்சி 'பள்ளர் கட்சி' என்றே அடையாளம் காட்டப்பட்டது. இருந்தாலும் சாதி சார் அடையாளத்தை மறைத்தாலே போதும் என்றுதான் பொதுவுடைமைக் கட்சிகள் செயலாற்றின. பெரியாரின் தலைமையிலான திராவிட இயக்கம் மட்டுமே சமூக எழுச்சி என்பது தமிழ்நாட்டில் சாதிச் சங்கங்களை அலகுகளாகக் கொண்டது என்ற கருத்தியலோடு இயங்கியது. ஆக இரண்டும் மேல்சாதிகளைத் தவிர்த்த எல்லாச் சாதிச் சங்கங்களின் கூட்டங்களும் மாநாடுகளும் தீர்மானங்களும் பெரியாரின் குடியரசு இதழில் செய்தியாக்கப்பட்டன. அன்றைய சூழ்நிலையில் சாதி எல்லையினை மீறிய தனிநபர் இயக்கங்கள் சாத்தியமில்லை என்ற ஓர்மை அவர்களிடமிருந்தது. (இந்த சாதிச் சங்கங்களின் எழுச்சி எண்ணிக்கை சிறுத்த சாதியாரை ஓரங்கட்டிய அவலத்தை வேறொரு கட்டுரையில் காணலாம்.) 1950க்குப் பிறகே தனித்த ஒரு சாதிகுறித்த நுட்பமான சில ஆய்வுகள் வெளிவரத் தொடங்கின. அவ்வேளையில் உசிலம்பட்டி பிறமலைக் கள்ளர் குறித்த லூயி துமோன் செய்த ஆய்வு குறிப்பிட்டுச் சொல்ல வேண்டியது. தென்தமிழ்நாட்டின் தரகு மூலதனச் சாதியான நாடார்கள் குறித்து ஹார்ட் கிரேவ் ஆராய்ந்தார். பின்னர் கோவை மாவட்டத்து நிலவுடைமைச் சாதிகள் பிரண்டா பெக் ஆராய்ந்தார். ஒடுக்கப்பட்ட மக்கள்

குறித்த ஆய்வில் மைக்கேல் மொபிட், டேவிட் லீச் ஆகியோரது பங்களிப்புகளும் குறிப்பிடத்தகுந்தன.

தமிழில் 60 ஆண்டுகளுக்கு முன்னர் வேங்கடசாமி நாட்டார். எழுதிய 'கள்ளர் சரித்திரம்' குறிப்பிட்டுச் சொல்லத் தகுந்த வரலாற்று ஆய்வுநூலாகும். பின்னர் தமிழில் வெளிவந்துள்ள நாடார் வரலாறு மோசஸ் பொன்னையா) வரலாற்றில் வேளாண் குடிகள், தங்கராஜ் எழுதிய பள்ளர் யார்? தேவ ஆசிர்வாதம் எழுதிய 'மூவேந்தர் யார்?" முதலிய நூல்கள் ஓரளவு வரலாற்று ஆய்விற்கான தரவுகளைக் கொண்டுள்ளன. இவையன்றி ஒவ்வொரு வட்டாரத்திலும் வாழும் தனித்தன்மையுடைய சிறிய சாதித்திரன்கள் தங்கள் குழுவைப் பற்றிய வரலாற்று நூல்களை தமிழ்நாட்டில் நிறையவே வெளியிட்டுள்ளன.

மேற்குறித்த முயற்சிகளைத் தவிர தமிழ்நாட்டில் கடந்த நூற்றைம்பது ஆண்டுகளில் உருவான சமூக அரசியல் மாற்றங்களில் சாதிக் குழுக்கள் எவ்வாறு தங்களைத் தற்காத்துக் கொண்டன அல்லது வாழ்விழந்தன என்பது குறித்த ஆய்வுகள் எதுவும் தமிழ்நாட்டில் நிகழ்த்தப்படவில்லை. கடந்த பதினைந்து ஆண்டுகளாக தமிழ்நாட்டில் ஓரளவு எண்ணிக்கை வலிமையுடைய எல்லா சாதிகளும் அரசியல் அதிகாரத்தை கைப்பற்றுவது அல்லது அதிகாரத்தில் தங்கள் பங்கை பெற்றுக் கொள்வதில் முனைப்பு காட்டி வருகின்றன. 1996 மற்றும் 2001இல் நடைபெற்ற சட்டமன்றத் தேர்தலில் இந்த முனைப்பு வெளிப்படையாகவும் வேகமாகவும் வெளிப்பட்டிருந்தது. 2001 தேர்தலில் சாதிக்கட்சிகள் வெளிப்படையாகவே தங்களை அடையாளம் காட்டின. காலங்காலமாய் ஒடுக்கப்பட்ட மக்களின் சாதிக் கட்சியின்றி மற்ற அனைத்து சாதிக் கட்சிகளிலும் சாதி அல்லாத கட்சிகளிலும் தங்கள் சாதித்திரள் குறித்த விஞ்ஞானப் பூர்வமான பார்வையோ, செயல் திட்டமோ இல்லை. மாறாக 'மிக விரைவாகப் பணம் சேர்க்கும் (easy money) வழிமுறைக்கான ஒரு கருவியாகவே இவர்களின் அரசியல் அதிகார வேட்கை அமைந்திருந்தது. மதுக்கடை உரிமம், அரசு வணிக வளாகத்தில் கடை பெறும் உரிமம் சந்தைகள், வாகன நிறுத்தங்கள், கட்டணக் கழிப்பறை ஆகியவற்றை ஏலம் எடுக்கும் திறன். பாலங்களில் சுங்க வரி வசூலிக்கும் உரிமம், கல் குவாரிகளில் ஏலம் எடுக்கும் உரிமை, அரசு கட்டிட அல்லது சாலை ஒப்பந்தங்கள் ஆகியவையே குறுகிய காலத்தில்

நிறையப் பணம் சம்பாதிக்கும் வழிவகைகளாக அடையாளம் காட்டப்பட்டன.

மரபுவழித் தொழிலை நவீனப்படுத்துவதிலோ, புதிய சிறு தொழில்களைத் தொடங்குவதிலோ சாதிக்கட்சி தலைவர்களுக்கு நாட்டமுமில்லை, திட்டமுமில்லை. இந்தப் பெரிய சாதி அலைகள் திரண்டு எழுகின்றபோது வண்ணார், மருத்துவர், பூக்கட்டுவோர் முதலிய சேவைச் சாதியார் கண்ணிற்குத் தெரியாமலேயே போய் விட்டனர். எண்ணெய் ஆட்டுபவராகிய மரபுவழித் தொழில் செய்தோர். பெரிய மூலதன நிறுவனங்களிடம் தங்கள் வாழ்விற்கான பொருளாதாரத்தைப் பலி கொடுத்துவிட்டனர்.

நுண்அலகாக எடுத்துக் கொண்டு பேசுவதனால் தமிழ்நாடு முழுவதும் வாழும் 'வேளாளர்' (குயவர்) எனப்படும் சாதி தங்கள் மரபுவழி பொருளாதாரத்தை முற்றிலும் இழந்துவிட்டது. இதனைவிட நுண்அலகாக ஒன்றை எடுத்துப்பார்க்கலாம். ஈர்க்குப் புல், தென்னை ஈர்க்கு, பனைமரத்தின் கொளுஞ்சி, பிறவகைப் புற்கள் இவற்றைக் கொண்டு பெருக்குமாறு (விளக்குமாறு, அல்லது கூடுமாறு) செய்து விற்று வாழ்ந்த மக்கள் பிளாஸ்டிக் விளக்குமாறு, பெரிய நிறுவனங்களில் அறிமுகப்படுத்தப்பட்டதும் வறுமையின் தள்ளப்பட்டனர். இவர்களில் பெரும்பாலோர் 'நாட்டுக்குறவர்' மடியில் எனப்படும் எளிய சாதியர். இவ்வாறு பெரு மூலதன வரவுகளோடு அவற்றுக்குள் தம் வாழ்க்கையில் தொலைந்துவிட்ட நூற்றுக்கணக்கான சாதியார் பற்றி தனித் தனியான ஆய்வுகள் தேவை.

அண்மைக்காலமாக தமிழ்நாட்டில் தலித் இயக்கங்கள் எழுச்சி பெற்று வருகின்றன. தலித் என்ற சொல்லையே ஒடுக்கப்பட்ட மக்களில் ஒரு சாராரும் அவர்களின் அரசியல் தலைமையும் ஏற்றுக்கொள்ளவில்லை. மகிழ்ச்சிக்குரிய செய்தி என்பது ஒடுக்கப்பட்ட மக்களின் புதிய ஆனால் எழுச்சிக் குரலாகும். இவர்களின் முயற்சியால் அரசியல் இதழ்களும், இலக்கிய சிற்றிதழ்களும், நிறையவே வெளிவருகின்றன. இவற்றின் குரல்களில் இரண்டினை மட்டும் இங்கு நான் பதிவு செய்தாக வேண்டும். ஒன்று, திராவிட இயக்கத்தின் மீதும் பெரியார் மீதும் முன் வைக்கப்படும் எதிர் மறையான விமர்சனங்கள். இந்த வகையான விமர்சனங்கள் அரசியல்

தலைமையிலிருந்து வரவில்லை. இலக்கியச் சிற்றிதழ்களில் மட்டும் ‘அறிவு ஜீவிகளின்’ குரலாக இது ஒலிக்கின்றது.

மற்றொன்று தலித் என்ற சொல்லாட்சி அல்லது கருத்தியலை ஏற்றுக்கொள்ள மறுப்பது. இந்த மறுப்பு வட்டாரம் சார்ந்ததாகவும் சாதிகளின் உட்பிரிவுகள் சார்ந்ததாகவும். அமைகின்றது. எண்ணிக்கைப் பெருத்த ஒன்றிரண்டு பிற்படுத்தப்பட்ட சாதிகளோடும் வட்டாரம் சார்ந்த முரண்பாட்டினை ஒடுக்கப்பட்ட மக்களின் அரசியல் தலைமைகள் முன்னிறுத்துகின்றன. இதே நேரத்தில் எண்ணிக்கை சிறுத்த, பெரிய பிற்படுத்தப்பட்ட சாதிகளோடு முரண்பாடுகள் வேண்டாம் என்ற நிலைப்பாட்டினையும் அவை எடுக்கின்றன. ஆனால் சிற்றிதழ் அறிவு ஜீவிகள் இது குறித்து எவ்வகையான தன்னுணர்ச்சியும் கொண்டிருக்கவில்லை என்றே தோன்றுகிறது.

உலகமயமாக்கலின் காலடிகள் இந்தியப் பொருளாதாரத்தின் மீது பதிந்துவிட்டன. போக்குவரத்து செய்திகள், தொடர்பு சாதன வசதிகள் மிக விரைவான வளர்ச்சியினைப் பெற்றுவிட்டன. பன்னாட்டுத் தளத்திற்கு இவையெல்லாம் மிகப் பெரிய வலிமையாகிவிட்டன. நகரம், கிராமம் என்கின்ற பொருளியல்சார் சாதிக் கட்டமைப்புக்கள் உடையத் தொடங்கவிட்டன. கிராமப்புறங்களில் சாதிசார்ந்த இடப்பங்கீடு சிதைவுறாமல் அப்படியேதான் இருக்கின்றது. கிராமத்தின் சமூக அதிகாரம் மேம்போக்காகச் சிதைவது போல் தோன்றினாலும் தன்னுடைய கொடுமையான முகத்தை அது அவ்வப்போது காட்டிக்கொண்டு தான் இருக்கிறது. ஒதுக்கப்பட்ட இடங்களிலேயே தலித் மக்கள் ஊராட்சி தேர்தலில் போட்டியிட முடியாதநிலைதான் சமூக எதார்த்தம். புதிதாகப் பெறப்பட்ட அரசின் பெரிய பதவிகள், நகர்புறத்துக் காலனிகள், ஆடம்பர வாழ்க்கை ஆகிய எதுவும் ஒடுக்கப்பட்ட மக்களின் வாழ்க்கையிலும் அவர்கள் சந்தித்த சமூக அவமானங்களிலும் பெரிய மாற்றங்கள் எதனையும் உண்டாக்கவில்லை.

சமூக ஒடுக்குமுறை என்பது ‘நாகரிகமான முறையில் நவீனமயப்படுத்தப்படுகிறது’ எனவே இந்தக் கட்டத்தில் சாதிய ஆய்வுகளை மேற்கொள்ளும் அறிஞர்களின் முன்னால் கடமையான பணிகள் காத்துக்கிடக்கின்றன. பின்வரும் கேள்விகளை அவை நமக்கு முன்னிறுத்துகின்றன.

1. பார்ப்பனீயம் என்பது மறைமுகமாக அதிகாரம் சார்ந்த கருத்தியலும் ஒரு நடைமுறையும் ஆகும்' என்பதும் உண்மைதானா?

2. திராவிட இயக்கத்தினைப் பிற்பட்ட சாதியார்போல ஒடுக்கப்பட்ட மக்கள் பயன்படுத்த முடியாமைக்கான சமூகக் காரணங்கள் யாவை?

3. பிற்பட்ட மக்களின் சாதிஉணர்வு சார்ந்த சமூக உளவியல் எந்த வகையில் சிதைக்கப்படும்? அதற்கான இயக்கப் பங்களிப்பு எவ்வாறு இருக்கக்கூடும்?

4. சாதி உட்குழுக்கள் சார்ந்த உயர்குடி மனப்பான்மை யினை எவ்வாறு எதிர்கொள்வது?

இந்தக் கேள்விகளுக்கான விடைகள் மட்டுமே சாதிய ஆய்வுகளைச் சரியான தளத்திற்கு இட்டுச் செல்லும் என்று நம்புகின்றோம்.

நூல்கள்:

1. *Moffatt Michael, An Untouchable Community in South India. Princeton University Press, 1979.*

2. *David Ceidge - The Parayar of Valhira Manickam*

3. *Rober Hardgrave's study, The Nadars of Tamilnadu: The Political culture of a community in change, 1969.*

4. *Dumont Louis, Homo Hierarchicus: The Caste System and Its Implications, 1970.*

5. *Dumont Louis, South Indian Sub-caste: Social Organiza-tion and Religion of the Pramalai Kallar, Translated by Michael Morton, Lewis Morton and Alice Morton, Revised by the author and A. Ster, Oxord University Press. 1986.*

6. *Oxford University Press. 1986. Brenda E.F. Beck, Peasant Society in Konku: Study of Right and Left Sub castes in South In-dia, 1972.*

உரைமொழிவு

22
மறந்துபோன நேற்று

தொல்லியல் துறையைப்பற்றி ஒரு பழமொழி உண்டு "வரதட்சணை இல்லாத அழகான மணமகள்" என்று. அதனால் பெரிதும் படித்தவர்களாலேயே கவனத்தில் கொள்ளப்படாத துறை இது. ஆனால் தொன்மையான கிரேக்க நாகரிகத்தைப் பார்த்துப் பொறாமை கொண்ட ஐரோப்பிய சமூகம் தொல்லியல் ஆய்வுகளில் நாட்டம்கொள்ளத் தொடங்கியது.

இந்தியாவில் காலனி ஆட்சியாளர்களே இந்த ஆர்வத்தைப் பதியவைத்தனர். ஹரப்பா நாகரிகம், அரிக்கமேடு கண்டுபிடிப்பு என இவையெல்லாம் காலனி ஆட்சிக்காலத்தில்தான் நடைபெற்றன.

கடந்த் நான்கைந்து ஆண்டுகளாகத் தமிழ்நாட்டில் தொல்லியல் ஆய்வுகளில் ஆர்வம் அதிகரித்து வருகிறது. தமிழ்நாட்டில் தஞ்சையை மையமாகக்கொண்டு "தொல்லியல் ஆய்வுக்கழகம்" என்ற அமைப்பு 20 ஆண்டுகளாக இயங்கி வருகிறது. இது அரசு சாராத அமைப்பாகும். இதன் செயல்பாடுகளின் விளைவாக 1905இல் நிறுத்தப்பட்ட ஆதிச்சநல்லூர் அகழாய்வு 2005இல் மீண்டும் தொடங்கப்பட்டது. சத்தியமூர்த்தி, நம்பிராசன், அறவாழி ஆகிய அறிஞர்கள் இதில் பங்கேற்றனர். வழக்கம்போலவே மைய அரசின் இந்த அகழாய்வுப்பணி அறிக்கை தமிழில் இதுவரை வெளியிடப்படவில்லை. 150 ஏக்கர் பரப்பளவுள்ள ஆதிச்சநல்லூரில் 600 சதுரஅடிப் பரப்பில் மட்டுமே இந்த ஆய்வு மேற்கொள்ளப்பட்டது. இந்தக் குறுகிய பரப்பிலேயே 165 தாழிகள் இப்போது கண்டெடுக்கப்பட்டன. அவை ஒன்றன் கீழ் ஒன்றாக மூன்று அடுக்குகளாகக் காணப்பட்டன. இப்படி இன்னும் எத்தனை 'கால அடுக்குகள்' தோண்டப்படாமலேயே இருக்கின்றன என்று தெரியவில்லை.

(ஒரு அடுக்கு என்பது ஒரு காலத்தைக் குறிக்கும்). ஆனால் முந்தைய (1905) அகழ்வாய்வாளர்களான டாக்டர் ஜேகோர், அலெக்ஸாண்டர் ரீ ஆகியோருக்குக் கிடைத்த வெண்கலப் பொருட்களில் ஒன்றுகூட இந்த ஆய்வில் கிடைக்க வில்லை (செம்பாலான ஒரு குழந்தை தவிர).

இந்த 2005ஆம் ஆண்டு அகழாய்வு விவாதப்புயல் ஒன்றையும் துவக்கி வைத்தது. கண்டுபிடிக்கப்பட்ட பானை ஒன்றின் உட்புறமாக பிராமி எழுத்துக்கள் இருந்ததாக முதலில் பத்திரிகைச் செய்தி வந்தது. அதைக்கண்டு தமிழ் ஆர்வலர்கள் வானத்துக்கும் பூமிக்குமாகக் குதித்தனர். பானை ஓட்டின் உட்புறமாக எழுத்து இந்தியாவில் இதுவரை எங்கும் கண்டுபிடிக்கப்படவில்லை.

எலும்பும் சாம்பலும் படிந்த கீறல்களையே இவர்கள் பிராமி எழுத்துக்களாக வாசித்து விட்டனர் என்பதுதான் உண்மை. ஐந்தாண்டுகள் கழித்து ஆர்வக்கோளாறு காரணமாக ஏற்பட்ட இத்தவறினை அரைகுறையாக ஒப்புக்கொண்டனர்.

ஆனால் ஆதிச்சநல்லூர் நாகரிகத்தை கரிம வேதியல் ஆய்வுக்கு உட்படுத்தி கி.மு. 8ஆம் நூற்றாண்டுக்குக் கொண்டு சென்றது இந்த ஆய்வின் சாதனையாகும். (முந்தைய ஆய்வுகள் ஆதிச்சநல்லூர் நாகரிகத்தை சங்ககாலத்தில் கி.மு.3ஆம் நூற்றாண்டில் நிறுத்தியிருந்தன).

ஆனால் ஆதிச்சநல்லூர் மக்கள் பேசிய மொழி எது என்ற கேள்விக்கான விடை இன்னும் எஞ்சியே நிற்கிறது. ஆதிச்சநல்லூர் புதைமேட்டின் குடியிருப்புப் பகுதிகளைக் கண்டறிவதற்கான முயற்சியும் முழுமையாக வெற்றி பெறவில்லை. இந்த மேட்டின் உட்புறமாக ஆற்றங்கரை ஓரமாக அமைந்திருக்கும் இரண்டு ஏக்கர் நிலப்பகுதி தொல்லியல் ஆய்வாளர்களால் இன்னமும் தீண்டப் படாத பகுதியாகவே உள்ளது.

ஆதிச்சநல்லூர் நாகரிகத்தின் வியப்புக்குரிய செய்தி, அங்குவாழ்ந்த மக்கள் உலோகவியலில் பெற்றிருந்த அறிவாகும். இரும்பு, செம்பு, கலப்பு உலோகமான வெண்கலம் ஆகியவற்றை அந்த மக்கள் பயன்படுத்தியிருக்கின்றனர். அந்த அறிவு குறித்த எந்தக் கூடுதலான தகவலையும் இந்த 2005 ஆய்வு தரவில்லை. மாறாக புதைமேடு ஆக்கப்படுவதற்கு முன், இந்த இடம்

தாதுச்சுரங்கமாக இருந்தது என்கிற ஓர் தகவலை மட்டுமே தந்துள்ளார்கள்.

ஆதிச்சநல்லூருக்கு நேர் “வடக்கே வல்லநாட்டு மலையில் கருங்காலி ஓடைக்கு இருபுறமாகவும் இருக்கிற 200 ஏக்கர் பரப்பளவுள்ள தொல்லியல்தளத்தை மத்திய அரசின் ஆய்வுக்குழு கண்டுகொள்ளவே இல்லை என்பது வருந்தத்தக்கது.

ஆனால், தமிழகத்தில் வேறு சில இடங்களில் நடந்த ஆய்வுகள் நம்பிக்கையும் மகிழ்ச்சியும் அளிப்பனவாக உள்ளன. முதலாவது ஆண்டிபட்டிக்கு அருகில் பிராமி(தமிழி) எழுத்தில் அமைந்த நடுகற்களின் கண்டுபிடிப்பாகும். தமிழ்ப்பல்கலைக் கழக மாணவர்களே இதைக் கண்டுபிடித்தனர். இந்த நடுகல் ஒன்றில் ‘ஆகோள்’ என்ற சொல் கண்டுபிடிக்கப்பட்டது. இது தொல்காப்பியர் பயன்படுத்திய சொல்லாகும். “வேயே புறத்திறை ஊர்கொலை ஆகோள்” என்பது தொல்காப்பியக் கூற்றாகும். தொல்காப்பியம் வழக்குமொழிக்கு முதன்மை தந்ததற்கு இதுவே சான்றாகும். இரண்டாவதாக தமிழ் எழுத்து, மக்கள் புழங்கிய எழுத்தல்ல. அது மேலோர் மரபு சார்ந்தது என்ற பேராசிரியர் கா. சிவத்தம்பி போன்றோரது கருத்தை இந்தக்கண்டுபிடிப்பு தகர்த்தெறிந்தது.

அடுத்து, மிக அண்மைக்காலத்தில் பழனிக்குத் தெற்கே 20 கி.மீ. தொலைவில் ‘பொருந்தில்’ என்ற இடத்தில் ஓர் அகழாய்வு மேற்கொள்ளப்பட்டது. பேராசிரியர் கா. இராஜன் இந்த ஆய்வை முன்னின்று நடத்தினார். ஒரே ஆய்வுக்குழியில் 7500 மணிகள் கண்டெடுக்கப்பட்டது. ஆங்கிலத்தில் “CORNELIAN BEADS” என வழங்கும் இவற்றைத் தமிழில் ‘சூது பவளம்’ என்பார்கள். இந்தக் கற்கள் தமிழ்நாட்டில் கிடைப்பதில்லை.குஜராத்திலிருந்து கொண்டுவரப்பட்டதாக இருக்கலாம். கேரளத்தின் வழியாக ஐரோப்பிய நாடுகளுக்கு ஏற்றுமதி செய்வதற்காக இந்தக் கற்கள் இங்கே மணிகளாகச் செய்யப்பட்டிருக்க வேண்டும் என்று கருதப் படுகிறது. பொருந்தில் தமிழக கேரள வணிகப்பாதையில் அமைந்திருந்தது குறிப்பிடத்தக்கது.

‘பொருந்தில்’ என்னும் ஊர்ப்பெயர் சங்க இலக்கியத்திலேயே காணப்படுகிறது. எனவே இது சங்ககால நாகரிகத்தைக் காட்டும் கண்டுபிடிப்பு என்பதில் ஐயமில்லை.

இந்தியாவில் ஆய்வுக்குரிய தொல்லியல் தளங்களாக 3500 தளங்களை மையஅரசு பட்டியலிட்டுள்ளது. ஆனால் தமிழகத்தில் மட்டுமே 5000 தளங்கள்வரை உள்ளன என்பது களஆய்வாளரின் நம்பிக்கையாகும். அண்மையில் இந்தத் தொல்லியல் தளங்களைப் பேராசிரியர் கா. இராஜனின் மாணவர்கள் பட்டியலிட்டு இரு நூல் தொகுதிகளை வெளிக்கொண்டு வந்துள்ளனர் என்பது குறிப்பிடத்தக்கது.

வேர்களைப்பற்றிய அறிவு என்பது, விஞ்ஞானத்தில் ஒரு பகுதிதான். பண்டைக்காலத் தொழில்நுட்பத்தைப் புரிந்து கொள்வது ஐரோப்பியக் கொடும்பிடியிலிருந்து இத்தருணத்தில் நம்மை விடுவிக்க உதவும் என்பது இடதுசாரி ஆய்வாளர்களின் நம்பிக்கையாகும்.

~

23
பண்பாட்டின் வாழ்வியல்

நகர நாகரிகம், மேட்டிமையின் அடையாளம் என்பவற்றில் ஒன்றாக இன்று நாடு முழுவதும் கற்காரை (கான்கிரீட்) வீடுகள் உருவாகி வருகின்றன. 'தனி வீடு' என்னும் உணர்வு, வெறியாக மாறி எல்லோரையும் பிடித்து ஆட்டுகிறது. உலக வங்கியின் வழியாகப் பன்னாட்டு மூலதனம் 'குறைந்த வட்டி' என்னும் தூண்டிலைப் போட்டு 'வீடு கட்டக் கடன்' என்னும் பெயரில் ஏழை நாடுகளைச் சுரண்டி வருகிறது.

காலனிய ஆட்சியின் தொடக்கப் பகுதியில் தமிழ்நாட்டில் தொண்ணூறு விழுக்காடு மக்கள் பனை, தென்னை, புல்வகைகள் வேய்ந்த கூரை வீடுகளில்தான் வாழ்ந்தனர். இவ்வீடுகளின் சுவர்கள் குடிசைகளாக இருந்தால் செங்கல் இல்லாத மண்சுவர்களாகவும், சற்றே பெரிய இரண்டு அறை வீடுகள் சுடப்படாத செங்கல் சுவர்களோடும், அதைவிடப் பெரிய வீடுகள் சுட்ட செங்கற்களால் கட்டப்பட்டவையாகவும் அமைந்திருந்தன. இந்தத் தொழில்நுட்பம் வெப்பமண்டலப் பகுதியிலுள்ள எல்லா நாடுகளுக்கும் பொருந்தும். இந்த வீடுகளைப் பற்றி, நாம் சொல்லக்கூடிய ஒரே குறைபாடு அவை கழிவறை வசதி இல்லாதவை என்பதுதான். 'கழிவறை' என்ற கோட்பாடும் இடவசதியும் வெப்பமண்டலப் பகுதியான தமிழ்நாட்டில் அக்காலத்தில் இல்லை. (எனவே மலம் அள்ளும் சாதியாரும் தமிழ்நாட்டில் தோன்றவில்லை).

'வீடு' என்ற சொல் தொழிற்களத்தில் இருந்து 'விடுபட்டு' நிற்கும் இடத்தைத்தான் முதலில் குறித்தது. 'விடுதி' என்னும் சொல்லும் அந்தப் பொருளில் வந்ததுதான். பிற்காலத்தில் மேலோர் மரபு'வீடு' என்பது மண்ணுலகத்திலிருந்து விடுபட்டுச் சேர்கின்ற 'துறக்கத்தை' (சொர்க்கத்தை) குறிக்க வந்ததாகும்.

சங்க இலக்கியத்தில் 'வீடு' என்ற சொல்லுக்குப் பதிலாக 'மனை' என்னும் சொல்லே காணப்படுகிறது. ஒரு மனிதன் உண்டு, உறங்கி, இனப் பெருக்கம் செய்யும் இந்த இடத்துக்குரியவள் 'மனைவி' எனப்பட்டாள்.

மலை, காடு, வயல், புல்தரை, மணல்வெளி என, நிலத்தின் எல்லாப் பகுதிகளிலும் தெய்வங்கள் உறைகின்றன. இவற்றை மனிதன் தொல்லை செய்யக்கூடாது. எனவே வீடு கட்டவிருக்கும் நிலத்தில் முளை அறைந்து, கயிறு கட்டி கயிற்றின் நிழல் வழியாகத் திசைகளைக் குறித்துக் கொள்ளவேண்டும். அந்தந்தத் திசையிலுள்ள தெய்வங்களைக் கண்டறிந்து அவற்றிற்கு வேண்டுவன செய்யவேண்டும். பின்னரே அந்த நிலத்தில் மனிதன் தனக்குரிய இருப்பாக வீடுகட்டத் தொடங்கவேண்டும் என்பது பழந்தமிழர் நம்பிக்கை.

"நூலறி புலவர் நுண்ணிதிற் கயிறிட்டு
தேளங் கொண்டு தெய்வம் நோக்கி
பெரும்பெயர் மன்னர்க்கு ஒப்பமனை வகுத்து"

என்கிறது நெடுநல்வாடை. மனைத் தெய்வங்களையும் திசைத் தெய்வங்களையும் வேண்டி அமைதிப்படுத்தும் (சாந்தி செய்யும்) இந்தச் சடங்குக்கு 'தச்சு செய்தல்' என்பது இன்றைய பெயராகும்.

"தோட்டம் இல்லவள் ஆத்தொழு ஓடை துடைவை என்றிவையெல்லாம் வாட்டம் இன்றி உன் பொன்னடிக் கீழே வளைப்பகம் வகுத்துக் கொண்டிருந்தேன்" என்பது பக்தி இயக்கம் கிளர்ந்த காலத்தில் (கி.பி.9 நூ) பெரியாழ்வார் பாடிய பாசுரமாகும். பார்ப்பனர்களின் 'சுகஜீவனம்' என்பது அக்காலத்தில் எவ்வாறிருந்தது என்பதனை இப்பாசுரத்தால் உணரமுடிகிறது. இதே காலத்தைச் சேர்ந்த இரண்டாம் நந்திவர்மனின் தண்டந்தோட்டம் செப்பேட்டால் மற்றுமொரு செய்தியினை அறிகிறோம். பார்ப்பனர் 308 பேருக்கு அரசன் ஒரே செப்பேட்டின் வழி 'பிரமதேயம் வழங்குகிறான். இதன்படி அரசன் அளித்த உரிமைகளில் சில, 'சுட்டிட்டிகையால் மாடமாளிகை எடுக்கப் பெறுவதாகவும் துரவு கிணறு இழிச்சப் பெறுவதாகவும்' என்பவையாகும்.

அதாவது சுட்ட செங்கலால் வீடுகட்டிக் கொள்ளவும், வீட்டிற்கு மாடி எடுத்துக் கட்டவும், வீட்டுத் தோட்டத்தில் கிணறு வெட்டிக் கொள்ளவும் அக்காலத்தில் அரசர்களின்

அனுமதி வேண்டும். அந்த அனுமதி பார்ப்பனர்களுக்குமட்டுமே இயல்பாக வழங்கப் பட்டிருந்தது. பார்ப்பனர்களின் தீட்டுக் கோட்பாட்டை அரண் செய்வதற்கும், பேணிக் கொள்வதற்கும் ஒவ்வொரு வீட்டிலும் தனித் தனியாகக் கிணறுகள் இருப்பதனை இப்பொழுதும் பார்ப்பனத் தெருக்களில் (அக்கிரகாரங்களில்) காண இயலும். இந்த உரிமையினை அரசர்கள் மற்ற சாதியாருக்கு வழங்கவில்லை.

சாதிவாரியாக வீடுகட்டும் உரிமைகளை அரசர்களால் வகுக்கப்பட்டிருந்ததை அறிய பல சான்றுகள் கிடைக்கின்றன. பழனிக்கருகிலுள்ள கீரனூர்க் கல்வெட்டு 12 ஆம் நூற்றாண்டில் அப்பகுதியில் வாழ்ந்த இடையர்களுக்கு அரசன் சில உரிமைகளை வழங்கியதைக் குறிப்பிடுகிறது. அவ்வுரிமைகளில் ஒன்று, வீட்டிற்கு இருபுறமும் வாசல்வைத்துக் கட்டிக் கொள்ளலாம் என்பதாகும். அப்பகுதியில் அதுவரை அவர்களுக்கு அந்த உரிமை இல்லை.

காலனிய ஆட்சியின் தொடக்கம்வரை தமிழ்நாட்டில் பெரும்பாலான வீடுகள் ஓலைக்கூரை அல்லது புற்கூரைகளாக இருந்ததென்பதனை முன்பே குறிப்பிட்டோம். இவ்வீடுகளில் வாழ்ந்த ஒடுக்கப்பட்ட மக்களின் வீடுகள் இன்றளவும் குனிந்த வாசல் உடையனவாகவும், பின்புறவாசலும் சன்னலும் இல்லாதனவாகவும் இருப்பதனை நினைவில் கொள்ள வேண்டும். நிலைவாசல் (ஆள் நிமிர்ந்தபடி உள்ளே செல்லும் உயரத்தில் இருப்பது) சன்னல்கள், பின்புறவாசல், மாடி, இரட்டைக் கதவு வைத்தல், சுட்ட செங்கல்லால் சுவர் ஆகியவை தனித்தனி உரிமைகளாக சாதிவாரியாக அடுக்கப்பட்டிருந்ததே தமிழக வரலாற்றில் சாதியம் தொழிற்பட்ட முறைக்குச் சான்றாகும். பற்றி விரிந்த சிந்தனைகள் இல்லாமல்தான் வாழ்ந்தனர். 'எனக்கும் சொத்து இருக்கிறது' என்ற உணர்வை வெளிப்படுத்த 'எனக்கும் காணிநிலமும் கலப்பை சாத்த இடமும் இருக்கிறது' என்றனர். இந்தச் சொல்லடையிலிருந்து அவர்களுக்கு வீடு என்பதே தொழிற் கருவிகளைப் பாதுகாக்கும் இடமாகவே இருந்திருக்கிறது என்று தெரிகிறது. நிலமும் உழவுத்தொழிற் கருவிகளுமே வாழ்க்கை என்பதே அன்றைய நிகழ்வாகும்.

எனவே, தாழ்வாரம், நடுக்கூடம், சமையலறை, படுக்கையறை என்பதான நினைவுகளும் உணர்வுகளும் அவர்களிடத்தில் உருவாக வழியில்லை. அரசதிகாரமும், சாதிய மேலாண்மையும்

அவ்வகையான நினைவுகள் அவர்களிடத்தில் உருவாகாமல் பார்த்துக் கொண்டன. இன்றளவும் ஒடுக்கப்பட்ட மக்கள் தங்கள் குடியிருப்புக்களில் புதியதாகக்கட்டும் வீடுகளில்கூடப் பக்கச் சுவர்களில் பெரிய சன்னல்களை வைப்பதில்லை என்பதைக் கள ஆய்வில் காணமுடிகிறது. காலங்காலமாக அவர்களின் சமூக உளவியல் சிதைக்கப்பட்டிருந்ததன், பின்தொடர்ச்சியாகவே இதனைக் கருத வேண்டும்.

உன்னதம்

24

வைதிகத்தின் இருண்டமுகம்

தமிழ்ச் சமூகத்தில் துறவு என்பதே ஆணுக்கு மட்டுமே உரிய வாழ் நெறியாகக் கருதப்படுகிறது. பெண் உறவை நீக்கிய ஆணுக்கான மரியாதை நம் சமூகத்தில் நிறையவே உண்டு. சமணச் சார்புடைய திருவள்ளுவரும் “துறந்தார்”. என்னும் பெயரில் ஆண் துறவிகளின் பெருமையை விரிவாகவே கொண்டாடியுள்ளார்.

மாறாக, ஆண் உறவு வேண்டாம் என்று வாழும் பெண்களுக்கு நம் சமுதாயத்தில் உரிய மரியாதை கூடக் கிடைப்பதில்லை. நெடுங் காலம் இதுவே வாழ்நிலையாக இருந்தபோது, காலனி ஆட்சிக்குச் சற்றுமுன்னர் தமிழ்நாட்டுக்குவந்த கத்தோலிக்கக் கிறிஸ்தவம் மீண்டும் பெண் துறவை இங்கு அறிமுகப்படுத்தியது. பெண் துறவிகள் கல்வி, மருத்துவம் ஆகிய சேவைகளோடு இணைக்கப்பட்டனர்.

தமிழ்நாட்டில் பெண்துறவு பழிப்புக்குள்ளான கதையை மிக நுட்பமாகக் காணவேண்டும். தமிழ்நாட்டுச் சிவன் கோயில்கள் சிலவற்றில் தனித்துவமான ஒரு திருவிழா கொண்டாடப்படுகிறது. அதாவது இறைவனை (சிவனை) அடைய இறைவி(அம்மன்) தவம் இருப்பதாகவும் தவத்தின் முடிவில் இறைவன் மனமிரங்கி, கோயிலுக்கு வெளியே ஒரு இடத்தில் காட்சி கொடுப்பதாகவும் இத்திருவிழா நடத்திக் காட்டப்படுகிறது. நெல்லை மாவட்டத்தில் குறிப்பாக திருநெல்வேலி, சங்கரன்கோயில் ஆகிய இரண்டு இடங்களில் இத்திருவிழா பெரிய அளவில் கொண்டாடப்படுகிறது. இந்த இரண்டு இடங்களில் திருநெல்வேலி அப்பர், சம்பந்தரால் பாடப்பெற்ற ஆகம வழிப்பட்ட தொன்மையான கோயிலாகும். நெல்லை மாவட்டத்தின் மேற்குப் பகுதியிலுள்ள சங்கரன்கோயில்

இறைவன் சங்கரநாராயணன் என்று அழைக்கப் படுகிறார். கல்வெட்டுக்களில் இந்நாட்டுப் பகுதி தென்கல்லக நாடு என்று அழைக்கப்படுகிறது. இந்நாட்டின் தலைமைத் தெய்வமான கல்லக நாடியம்மனுக்கு புளியங்குடியில் ஒரு கோயில் உள்ளது. சங்கரன்கோயில் இப்பொழுது நெல்லை மாவட்டத்தில் பெரிதும் கொண்டாடப்படும் சிவத்தலமாகும். ஆடி மாதத்தில் கொண்டாடப் படும் ஆடித்தபசு என்னும் திருவிழாவில் ஒரு இலட்சத்துக்கும் மேற்பட்ட மக்கள் கூடுகின்றனர். இறைவி (அம்மன்) தவம்செய்து அவருக்கு இறைவன் சங்கரனார் அருட்காட்சி கொடுப்பதே இத்திருவிழாவின் உச்சகட்ட நிகழ்ச்சியாகும்.

இக்கோயிலைப் பற்றியோ இத்திருவிழாவினைப் பற்றியோ தொல்லிலக்கியக் குறிப்புகளோ, கல்வெட்டுக் குறிப்புகளோ கிடைக்கவில்லை. எனவே இக்கோயிலைப் பழைய சிவன் கோயில் என்று கோயில் ஆய்வாளர்கள் ஏற்றுக் கொள்வதில்லை. இக்கோயிலின் தனித்துவமான பிற கூறுகளைக் கவனிக்க வேண்டும். இக்கோயிலில் அடியவர்களுக்கு பிரசாதம் (இனிமம்) ஆக பாம்புப்புற்று மண்ணே வழங்கப்படுகிறது. நெல்லை, தூத்துக்குடி மாவட்டங்களில் வீட்டுக்குள் பாம்பு போன்ற நச்சுயிரிகளின் நடமாட்டம் தென்பட்டால் இக்கோயிலுக்கு நேர்ந்து கொள்கின்றனர். நேர்த்திக்கடனாக வெள்ளித்தகட்டால் ஆன பாம்பு, தேள் உருவங்களைக் காணிக்கையாகச் செலுத்துகின்றனர். இக்கோயிலுக்குள் அமைந்த தெப்பக்குளம் நாகதீர்த்தம் என்றே வழங்கப்படுகிறது.

இதுபோன்ற ஐயத்துக்கிடமான தோற்றக்கூறுகளை உடைய கோயில்கள் பெரும்பாலும் பிற சமயத்தவரிடமிருந்து பறிக்கப் பட்டவையாகும். பிற சமயத்தவர்கள் என்போர் பெரும்பாலும் பௌத்தர்களும் சமணர்களும் ஆவர். பௌத்த சமயம் கி.பி. 10 ஆம் நூற்றாண்டுக்குள் தமிழ்நாட்டின் தென்பகுதியிலிருந்து மறைந்து விட்டது. எனவே இக்கோயில் சமணர்களிடமிருந்து பறிக்கப்பட்டது என்பதனைக் கருதுகோளாக வைத்துக் கொள்ளலாம். தமிழ்நாட்டுத் திருவிழாக்களிலும் தவம் செய்யும் அம்மன்மார் பெரும்பாலும் வெள்ளை சாத்தியே தவக்கோலக் காட்சி தருகின்றனர். வெள்ளை சாத்துதல் என்பது வெண்ணிறத் துணி சாத்துதல் அல்லது வெண்ணிறத் திருநீற்றுக் காப்பு சாத்துதல் என இரண்டு வகையில் அமைகிறது.

வெள்ளை நிறத்துக்கும் துறவுக்கும் உரிய ஒரே தொடர்பு தமிழ்நாட்டுச் சமயவரலாற்றில் (கத்தோலிக்கம் தவிர) சமணத்துக்கு மட்டுமே உரியதாகும். கந்தி, கவுந்தி, ஆர்யாங்கனை, குரத்தியடிகள் ஆகிய பெயரோடு சமணப் பெண்துறவிகள் அழைக்கப்பட்டதனை நிகண்டுகள் பேசுகின்றன. இன்றும் சமண மதத்துப் பெண் துறவிகள் வெண்ணிறச் சேலையும் வெள்ளை முழுக்கைச் சட்டையுமாக வாழ்கின்றனர். தமிழ்நாட்டில் சமணப் பெண் துறவிகள் மிகக்குறைவு. கர்நாடகத்தில் இவர்களை மிக அதிகமாகப் பார்க் கலாம். சமணத்தில் பொதுவாக துறவுநிலைக்கான கட்டுப்பாடுகள் மிகமிக அதிகம். தலை மழிப்பு, வெள்ளாடை, அணிகலன்களையும் சொத்துக்களையும் முழுவதும் விட்டு விடுதல் ஆகியவற்றோடு ஆண் குழந்தைகளைத் தொட்டுத் தூக்கக்கூட தடை விதிக்கப் பட்டுள்ளது. கல்வி உரிமை மட்டுமே முழுமையாக வழங்கப் பட்டுள்ளது. எனவே, வெள்ளாடை உடுத்திய தவம் என்பது சமணத்திலிருந்து வைதிகம் பெற்றுக்கொண்ட நெறியாகும்.

சங்கரன்கோயில் ஒரு நாகவழிபாட்டுத் தலம் என்பதனைப் புற்றுமண்ணும் நாகத்தீர்த்தமும் நமக்கு உணர்த்துகின்றன. சமண சமயத் தீர்த்தங்கரர் 24 பேரும் வணக்கத்துக்குரியோர்கள். அவர்களில் பார்சுவநாதர், சுபார்சுவநாதர் ஆகிய இரண்டு தீர்த்தங்கரர்களின் சிற்பங்களில் அவர்களின் தலைமீது நாகம் குடை பிடிப்பது போன்ற வடிவமைப்பினை நிறையவே காணலாம். இவர்கள் இருவரில் பார்சுவநாதர் தலைமீது ஐந்து தலைநாகமும், சுபார்சுவநாதர் திருமேனி மீது ஏழு தலைநாகமும் குடை பிடித்திருக்கும். இவற்றுள் சங்கரன்கோவிலில் வழிபடப் பெற்ற தீர்த்தங்கரர் யார் என்று அடுத்து வரும் கேள்வியாகும். இந்த இடத்தில் நெல்லை மாவட்டத்தில் பெருக வழங்கும் ஒரு தாலாட்டுப் பாடல் நமக்குத் துணை வருகிறது.

சங்கரனார் கோயிலிலே
சன்னதியில் புன்னைமரம்
அதிலே குடியிருக்கும்
அஞ்சுதலை செந்நாகம்

இதிலிருந்து சங்கரன்கோயிலில் வழிபடப் பெற்றவர் பார்சுவநாதரே என்று கொள்ளலாம்.

இதை வலுப்படுத்தும் இன்னொரு சான்றையும் பார்க்கலாம். சமண மதத்தின் தீர்த்தங்கரர் 24 பேருக்கும் ஒவ்வொரு

இலாஞ்சனை (இலக்கினை) உண்டு. அதிலே பார்சுவநாதர் சிற்பத்தில் அடிப்புறத்தில் பாம்பு அவரது இலக்கினையாகக் காட்டப் பட்டுள்ளது. (ஏனையோருக்கு நிலாப் பிறை, சங்கு, மான் போன்றவை காட்டப் பெற்றிருக்கும்).

மேற்குறித்த செய்திகளால் சங்கரன்கோயில் பார்சுவநாதர் கோவிலாக இருந்து பின்னர் வைதிகத்துக்கு(இந்து மதத்திற்கு) மாற்றப்பட்ட கோவிலாக இருக்க வேண்டும். இந்த மாற்றம் எந்தக் காலத்தில் நிகழ்ந்திருக்கலாம்? கி.பி. 13ஆம் நூற்றாண்டோடு தென் தமிழகத்தில் சமணத்தின் சுவடுகள் முழுவதுமாக அற்றுப் போகின்றன. எனவே, அதற்குப் பின்னரே இந்த மாற்றம் மெல்ல மெல்ல நிகழ்ந்திருக்க வேண்டும். சங்கராபரணம் என்ற பெயரில் சைவமும், ஆதிசேடன் என்ற பெயரில் வைணவமும் பாம்பு வழிபாட்டைத் தமக்குள் கொண்டுள்ளன. எனவே சங்கரரும், நாராயணருமாக இந்தக் கோயிலைச் சமணத்திலிருந்து பறித்துக் கொள்வது எளிதாகப் போயிற்று.

சமணக் கோயில் வைதிகத்தால் பறிக்கப்பட்டு இந்துக் கோயில் ஆனதற்கு இருபதாம் நூற்றாண்டு எடுத்துக்காட்டு நாகர்கோயில் நாகராஜா கோயில் ஆகும். சுமார் ஐம்பது ஆண்டுகளுக்கு முன்பு வரை அக்கோயிலில் சமணத் துறவிகள் இருந்தனர். இன்றும் அக்கோயில் தூண்களிலுள்ள சிற்பங்கள்,(தீர்த்தங்கரர் சிற்பங்கள்) அக்கோயில் சமணக் கோயிலாக இருந்தமைக்கான சான்றுகளாக எஞ்சி நிற்கின்றன.

செம்மலர்
செப்டம்பர் 2010

25

Glimpses of a Hidden Heritage Tamil Culture

India as a country was formulated by the invaders from the west, only within the past 300 years. Before that there was no entity known as 'India'. According to the legends and myths, still prevalent all over India the sub continent comprises 56 kingdoms. Even now India is a multi national, multi lingual and multi ethnic land. The Na-tional Anthem of India, written by Rabindranath Tagore, the Nobel Laureate lists the principal nationalities of India: Punjab, Sindh, Gujarat, Maharashtra, Dravida (all the four southern states) utthal (the present Orissa) and Bengal.

The illusion that India is a culturally united country was created by the Western Scholars, who were Indologists. Especially Max Muller, the German Scholar was responsible for building up this notion than anybody. In the 19th century scholars like Max Muller, Monier Williams. A.B.Keith and others fostered an impression throughout the west and in the East, as well, that Vedic culture was the panindian culture. And that the Brahmins were the leaders and protectors of that culture upto this day. This notion was sponsored and propagated by the political and spiritual leadership of Mahatma Gandhi and by the mass. Media was in the hands of Brahmins. There-fore this illusion still continues to survive not in reality but in print among the literate all over the world. This illusion is as false as that of considering India as a country of charmers, elephants and sadhus who sleep on beds of nails.

Let me give an example of the dominant power of Brahminocracy - a right name for the religious aristocracy in the Indian context. Till date 95% of the population of India is meat eat-ers. It will appear strange that these meat-caters include Brahmins in some states. Contrary to this reality, it is popularly believed that almost all the Indians are strict vegetarians. Thus the customs and manners of the majority citizens of India are hidden from the eyes of the world and suppressed by the mass-media.

India is a country of temples. There are numerous temples, large and small, in every town and village. However, it is a fact that most of the temples do not house Brahminical deities. They are dedi-cated to the worship of gods and goddesses belonging to the folk-religion. The rituals in these temples are conducted by priests be-longing to the "Sudra' community which is considered to be the lowest according to the Brahmin's scales of castes. The food offerings to these gods and goddess are mainly blood sacrifices. Compared to these temples, the Brahminical temples are very few, accounting for about 12% of the total number of temples.

Broadly speaking, the cultural heritage of Tamil Nadu can be divided into two categories. One is the Brahminical heritage and the other as the Non-Brahminical heritage. The Non-brahminical heri-tage can be rightly named as Dravidian. The nomenclature 'Dravidian' was freely used since 9th century A.D. by poets and religious lead-ers to denote this southern culture. Later in the 20th century the word 'Dravidian' was used in the political context also but without success. Taking advantage of this political failure the press and the other media which are controlled by the Brahmins, have begun to spread the idea that there was no distinct Dravidian culture during the entire history of Tamil Nadu. This attempt to deny the very existence of a Dravidian culture is motivated by the aim of the Brahminocracy to retain their superiority and control over the mass.

Of late, apart from the above two heritage there is a third voice heard from the Dalit community, the most oppressed of the masses, demanding it's rightful place in the cultural history of Tamil Nadu. This voice emanates from among the Dravidian group.

The difference between the Dravidian and the Dalit heritages are very few and those are not significant. Some communities from among the Non brahmin groups such as vellalar and others, who claim a higher. Place in the caste hierachy, began imitating the brahmins and have given up the practice of divorce and widow remarriage. But for these two there is no major difference between the so called upper castes and the most oppressed people. Culturally all the non-brahmin communities have the same heritage, customs and manners.

I would like to point out that there is a basic unity among the Dravidian people, both Dalit and others, by citing a few examples from their social and cultural behaviour. For instance, cross cousin marraiges still prevail in both these groups. By cross cousin marriage, I mean one marrying the daughter of his maternal uncle or paternal aunt. This is rather considered as one's right, than a cus-tom. This is applicable in the case of a girl also. J.H. Hutton who has studied the Dravidian communities has correctly understood this and has termed it as 'unbrahmanical. A man and a woman who are thus related, are entitled to ridicule one another by cracking jokes, some-times off color. Even though they are married to different woman or man, members of the family recognise this right and turn a deaf-ear, suppressing a smile. Such conversations are not considered 'unbe-coming' by their other relations. Likewise, the relationship between a mother-in-law and her son-in law is very much restricted. There is no conversation between them. In some castes the mother in law is prohibited from appearing before her son in law altogether. She will not even greet him when he comes to her house.

Another strong characteristic features of the Dravidian heritage is the social importance accorded to the maternal uncle of a child, in household rituals and social celebrations. In most of the cases a woman delivers her first child in her father's house and or brother's house. It is the prerogative of the maternal uncle's wife to feel the child first with a pinch of sugar. Only then the mother of the child shall feed it. When a girl attains age (puberty) her maternal uncle is informed at first. Then in all domestic rituals, connected with the puberty of a girl, the maternal uncle and his wife play an important part. The saree that the girl will wear immediately after the pu-rifying bath is a gift from her maternal uncle. These customs are powerfully alive even to this day in all the Non-brahmin communi-ties.

The maternal uncle is the hero of the lullabies, sung by the mother Tonsure and boring of the ear-lobe are two important functions celebrated around the first birthday of the child. In both the functions the maternal uncle is given the place of honour'. He meets the ex-penditure of these functions.

Another important aspect in the Dravidian culture is the re-spect and honour shown to a deadman. It borders on, worship of fore fathers. The memory of a dead-man is honoured by his children and relations. On the other hand a Brahmin who professes vedic culture avoid touching the deadbody of his father. Moreover they do not even treat the body with courtesy. Among the Non-brahmin communities, at least one representative from each family is expected to come and pay homage to the deadman before the body is taken out of the house for burial/cremation. The living relatives consider it a privilege and honour to touch the body, bathe it and to act as pall beares. This custom is entirely absent among the Brahmins.

In the rituals conducted in memory of the departed person, the food offerings are partaken by his children and close relatives. On the contrary in the Brahmin community the children of the dead and his close relatives do not eat the food offerings. They believe that the sins committed by the deadman will be inherited by them, if they take it. Because of this belief they have created a separate sub-caste to eat such offerings and this practice of eating the food offer-ings meant for a dead man is considered as despicable.

I would like to touch upon two other distinct aspects of the Dravidian culture, which are held in high esteem for the past 18 or 20 countries. One is hospitality and the other is an aversion to any kind of physical violence on the woman.

Hospitality is practiced even under extreme poverty in the Tamil society. A poet who lived eighteen hundred years ago praised his wife for hospitality to a visitor who arrived in the middle of the night. Offering a cup of water to the thirst of the newcomer in this hot country is also considered a sign of hospitality. A householder will take it as an insult if a visitor leaves his house even without taking a cup of water.

Male chauvinism is not unknown in this land. But any physical. violence against a woman is held in utter contempt by this society. It is also considered a sin. There is a reference in the literature belonging to the 1st century A.D. about a local chieftain (Nannan) who imposed the death penalty on a girl. The poets who were his contemporaries condemned him and proclaimed that for 21 generations to come, his successors will not be honoured by poets. They believed that the chieftain had gone to Hell for his unethical action. Any act of intimidation or physical violence against the person of a women, be she a relative or unrelated, by a man is held as an unpar-donable crime.

These are a few distinct features of the Dravidian cultural heritage for which there is no parellel in the vedic culture. There are immumerable sources like ballads folklore, proverbs etc which remain undocumented till this date. A close study of these sources and relentless filed work will reveal the unbroken history of the Dravidian culture.

~

www.ingramcontent.com/pod-product-compliance
Lightning Source LLC
LaVergne TN
LVHW060119051026
849517LV00007B/2342